新實用
越南語會話 初級

Practical Vietnamese Conversations

———— 梅氏清泉 著 ————

中央大學出版中心 | 遠流

作者的話

如果您已經熟悉越南語的發音，那麼這本書將是您的好幫手！

學習者學習外語時，能夠練習越多越好。越南語學習者都希望能夠講出正確的越南語，並且能夠輕鬆及簡單地使用越南語與越南人交談。但目前越南語的學習資源嚴重缺乏。市面上的越南語教材，除了單字及會話練習外，其他聽力、閱讀、口說及寫作的練習非常有限。因此，我從學習者的角度出發，編撰了這本書，希望能夠克服現有越南語教材的缺陷，而大量提供學習者的聽、說、讀、寫四個技能的練習。本書的特色如下：

一、書中使用越南人日常生活中口語且實用的常用語句。

二、大量且多樣的聽力、閱讀、口說及寫作的練習。

三、書中的主題非常生活化及非常有趣。

四、單字及重要結構具有邏輯性且清楚地呈現。

五、附上南北越口音聲音檔供學習者練習聽力。

六、附有完整的聽力解答，自修學習者更便利。

以我多年來累積的教學經驗，加上以學習者需求的角度去思考來編輯這本書，我相信這本書即是您學習越南語初級最有效且最實用的一本好書。

感謝您的支持！

2018 年 7 月 18 日

梅氏清泉

目錄

本書內容

Đi lại	Bài 7: **Đi như thế nào?**	Cách nói đi như thế nào Cách nói đi bằng phương tiện gì Cách nói khoảng cách bao xa
Ăn uống	Bài 8: **Ăn nhà hàng**	Tên gọi các món ăn Cách xem thực đơn Cách dùng "xin" Cách nói so sánh cao nhất
Mua sắm	Bài 9: **Đi mua đồ**	Cách nói tiền, nhận biết tiền Cách nói màu sắc Cách nói chiều cao, cân nặng
	Bài 10: **Trong phòng có gì?**	Lượng từ Từ phương vị Tên các đồ vật Cách nói đồ vật làm bằng gì
Miêu tả	Bài 11: **Cô giáo em rất hiền**	Cách nói là người thế nào? Cách nói là người trông như thế nào? Nhận biết các tính từ chỉ về ngoại hình và tính cách Cách dùng "và", "lại", "nhưng"
	Bài 12: **Hôm nay Trời thế nào?**	Cách nói về thời tiết Cách nói so sánh

書中簡寫

Viết tắt （簡寫）	Tiếng Trung （中文）	Tiếng Việt （越南語）
N	名詞	Danh từ
V	動詞	Động từ
Adj	形容詞	Tính từ
S	主詞	Chủ ngữ
O	受詞	Tân ngữ

BÀI
1

CHÀO HỎI

———

第 1 課　打招呼

聲音檔

北越口音

南越口音

🎧 **Hội thoại** (B1.3/N1.3)

Mai: **Em chào anh!**

Hoàng: **Chào em! Em có khỏe¹ không?**

Mai: Dạ, em khỏe ạ. Em cảm ơn². Anh dạo này³ thế nào⁴?

Hoàng: Anh rất⁵ bận⁶. Em thì sao?

Mai: Em bình thường⁷. Anh bây giờ⁸ đi đâu⁹ đấy ạ?

Hoàng: Anh đi ăn cơm¹⁰. Em ăn chưa?

Mai: Dạ, em ăn rồi ạ.

Hoàng: Lát nữa¹¹ em có bận không?

Mai: Dạ không ạ, có việc gì¹² không ạ?

Hoàng: Đi uống[13] cà phê[14] **với** anh không?

Ở[15] gần đây[16] có quán[17] cà phê **ngon**[18] **lắm.**

Mai: Dạ, vâng ạ. Cảm ơn anh.

Hoàng: Không có gì.

① 越南人打招呼的方式

Chào + 稱呼

自稱 + Chào + 稱呼

※ 備註：以上說法，在見面或再見
時都可使用。

> **越南語對稱**
>
> anh - em
>
> chị - em
>
> cô/thầy - em
>
> bố/mẹ - con
>
> ông/bà/bác/chú/cô/dì - cháu

 Từ mới (B1.2/N1.2)

1. khỏe 身體健康

2. cảm ơn 謝謝

3. dạo này 最近

4. thế nào 如何

5. rất 很

6. bận 忙

7. bình thường 還好／普通／平常

8. bây giờ 現在

9. đi đâu 去哪裡

10. ăn cơm 吃飯

11. lát nữa 待會兒

12. việc gì 什麼事

→ làm việc (V) 工作

→ công việc (N) 工作

13. uống 喝

14. cà phê 咖啡

15. ở 住／在

16. gần đây 最近／附近

17. quán 館子

18. ngon 好吃／好喝

② 敬語與語氣詞

- **ạ**：句尾的敬語，只出現於晚輩用語。

  Em chào anh ạ!

  Em chào cô ạ!

  Cháu chào bác ạ!

  ※ **備註**：當 ạ 不是敬語時，可用於晚輩及前輩，這是越南語的特殊用法，即越南人常把對方的稱呼加在後面，翻譯成中文時沒有翻譯。例如：

  Mẹ đang bận con ạ. ➜ 我正在忙。

  Em khỏe chị ạ. ➜ 我身體健康。

- **dạ/vâng**：回應之敬語，只出現於晚輩用語。"vâng" 多用於答應某人做某件事。

  Cháu ăn cơm chưa? Dạ, cháu ăn cơm rồi ạ.

  Cà phê ngon không? Dạ, cà phê ngon lắm ạ.

  Đi uống cà phê với anh. ➜ Vâng ạ.

- **đấy**：語氣詞，「啊」之義，無輩分之用。

  Anh đi đâu đấy ạ?

  Em đi đâu đấy?

③ 程度副詞 "rất" 和 "lắm"

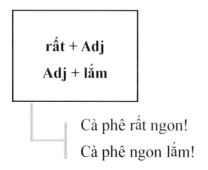

rất + Adj

Adj + lắm

Cà phê rất ngon!

Cà phê ngon lắm!

④ 疑問詞 "không" 和 "chưa"

<table>
<tr><td>

không?
放在句尾：有嗎 / 要嗎？
không + V/Adj：否定

ăn cơm không? ➜ không ăn cơm
đi làm không? ➜ không đi làm
về nhà không? ➜ không về nhà
bận không? ➜ không bận

</td><td>

chưa?
放在句尾：了嗎 / 了沒？
chưa + V/Adj：否定

ăn cơm chưa? ➜ chưa ăn cơm
đi làm chưa? ➜ chưa đi làm
về nhà chưa? ➜ chưa về nhà
khỏe chưa? ➜ chưa khỏe

</td></tr>
</table>

⑤ có + N/V/Adj

Anh có nhà không? Có, anh có nhà.

Anh có xe không? Không, anh không có xe.

Em có đi xem phim không? Dạ có ạ.

Em có đi đâu không? Dạ có ạ.

Em có bận không? Dạ, em không bận.

Cơm có ngon không? Cơm rất ngon.

如何回答 "không" 和 "chưa" 的問題？

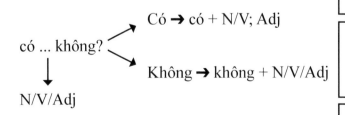

Chị có **cà phê** không?
 - Có, chị có.
 - Không, chị không có.

Anh có **đi** ăn cơm không?
 - Có, anh có đi.
 - Không, anh không đi.

Anh có **bận** không?
 - Có, anh bận.
 - Không, anh không bận.

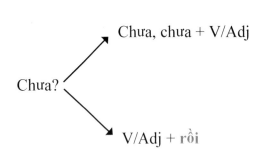

Chưa?

Chưa, chưa + V/Adj

V/Adj + rồi

Anh ăn cơm chưa?
- Chưa, anh chưa ăn.
- Anh ăn rồi.

Anh khỏe chưa?
- Chưa, anh chưa khỏe.
- Anh khỏe rồi.

※ **補充 1**：你好嗎？ Có khỏe không → Chỉ hỏi về sức khỏe
（只問身體健康方面）

※ **補充 2**："có + V + không" 的句型可用於過去、現在與未來。例如：
Hôm qua anh có đi làm không?（昨天你有去上班嗎？）
- Có, anh có đi.（有，我有去。）
Anh có uống cà phê không?（你要喝咖啡嗎？）
- Có, anh có uống.（要，我要喝。）
Ngày mai anh có đi ăn với bạn không?（明天你會跟朋友一起去吃飯嗎？）
- Có, anh có đi.（會，我會去。）

⑥ với → 介詞，是「跟、和、與、向」的意思（英文的 "with"）

V + với + 某人

đi ăn với em

đi uống cà phê với anh

Luyện tập 練習

Nghe hiểu 聽力練習

I. Ngữ âm: Luyện đọc các âm sau (B1.1/N1.1)
語音：跟讀練習

oe – khỏe/lòe loẹt/tròn xoe

oang – hoang phí/thoáng mát

ương – thương lượng/thường thường

uông – đi xuống/rau muống

iêc – công việc/ăn tiệc

II. Từ mới (B1.2/N1.2)
單字

III. Hội thoại (B1.3/N1.3)
會話

IV. Nghe và nhắc lại (B1.4/N1.4)
聽後跟讀

V. Nghe và điền từ vào chỗ trống (B1.5/N1.5)
聽後填入空格中

1. Anh có _____ không?

2. Em về nhà _____?

3. Em có đi xem phim _____ không?

4. Cô _____ chưa ạ?

5. Cà phê _____ không?

6. Thầy _____ thế nào?

7. Gần đây _____ ăn không?

8. Chú đi _____?

9. Ông khỏe _____ ạ?

10. _____ em đi đâu?

🎧 VI. Nghe, sau đó điền dấu và thanh điệu (B1.6/N1.6)
聽後填入符號和聲調

1. Anh binh thuong ban lam.

2. Chu dao nay khoe khong.

3. Em chua di an com bay gio.

4. O day khong co gi an.

5. Com ga ngon qua.

🎧 VII. Nghe và viết lại các từ nghe được (B1.7/N1.7)
聽後寫下你聽到的詞語

Đọc hiểu và viết 閱讀與寫作

I. Điền đại từ nhân xưng thích hợp vào chỗ trống
在下列的空格中填入適合的人稱代詞

Ví dụ: _Em chào anh ạ!_

1. _____ chào cô ạ!   _____ chào em

2. _____ chào thầy ạ!   _____ chào em

3. _____ chào anh ạ!   _____ chào em

4. _____ chào chị ạ!   _____ chào em

5. _____ chào bác ạ!   _____ chào cháu

6. _____ chào chú ạ!   _____ chào cháu

7. _____ chào cô ạ!   _____ chào cháu

8. _____ chào ông ạ!   _____ chào cháu

9. _____ chào bà ạ!   _____ chào cháu

10. _____ chào bố mẹ ạ!   _____ chào con

II. Điền "không" hoặc "chưa" vào chỗ trống
在下列空格中填入「 _không_ 」或「 _chưa_ 」

1. Em về nhà _____? Dạ, em về nhà rồi ạ.

2. Anh ăn cơm _____ ạ? Không, anh cảm ơn.

3. Cô có bận _____ ạ? Cô bận lắm.

4. Anh có đi đâu _____ ạ? Có, lát nữa anh đi.

5. Gần đây có quán cà phê _____? Có.

6. Có gì _____? Không, không có gì.

7. Có gì _____? Chưa, chưa có gì.

8. Bác có khỏe _____? Bác khỏe, cảm ơn cháu.

9. Bác khỏe _____? Bác chưa khỏe lắm.

10. Chị có ở gần đây_____? Không, chị không ở gần đây.

III. Hoàn thành câu
完成句子

1. _____ chào _____ ạ. Cô có khỏe _____?

2. _____ dạo này _____ _____? Anh vẫn khỏe.

3. Chị _____ _____ không? Chị bận lắm.

4. Em ăn cơm _____? Em ăn rồi ạ.

5. Anh _____ _____ ? Anh ở gần đây.

6. Chú _____ _____ cà phê không? Không, chú cảm ơn.

7. Em _____ _____ ăn cơm? Dạ, em về nhà ăn cơm.

8. _____ _____ thế nào? Cà phê _____ _____.

9. Cảm ơn chú! _____ _____ _____.

10. Có việc _____ không? Dạ không ạ.

IV. Chuyển từ thể khẳng định sang phủ định
請將肯定句轉成否定形式

Ví dụ: *Cà phê rất ngon → Cà phê không ngon.*

1. Anh Nam rất bận → _____

2. Chị Nga ở gần đây → _____

3. Em ăn cơm rồi → _____

4. Cô khỏe → _____

5. Cô khỏe rồi → _____

6. Chú Đức uống cà phê → _____

7. Con về nhà → _____

8. Bác Thắng đi ăn cơm → _____

9. Có việc gì không? → _____

10. Dạo này đi đâu? → _____

V. Tìm ra từ hàng dọc
填入適當的詞彙，並找出關鍵詞

1. Anh có đi ăn cơm _____ em không? – Không, anh ăn rồi.

2. Lát nữa em có _____ _____ không? – Dạ, không ạ.

21

3. Có _____ gì không? – Dạ không.

4. Em _____ _____?

5. Anh bây giờ đi đâu? Anh bây giờ đi _____.

6. _____ chào em! – Em chào anh!

7. _____ _____ anh! – Không có gì!

ANH/CHỊ TÊN LÀ GÌ?

———

第２課　你叫什麼名字？

聲音檔

北越口音

南越口音

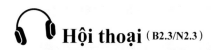 **Hội thoại** (B2.3/N2.3)

Đạt: Chào chị. Chị là ...?

Linh: Chào anh. Em tên[1] là Linh Linh. Anh **tên là gì**?

Đạt: Em tên là Đạt. Chị năm nay[2] **bao nhiêu[3] tuổi[4]** rồi?

Linh: Em năm nay 32 tuổi rồi. Anh Đạt thì sao?

Đạt: Em năm nay 30 tuổi. Vậy em phải[5] gọi[6] chị Linh là chị.

  Chị hình như[7] không phải là người Việt Nam.

  Chị **là người nước nào**?

Linh: Chị là người[8] Đài Loan.

Đạt: **Rất vui[9] được[10] gặp** chị!

Linh: **Rất vui được gặp** em!

Đạt: Chị Linh **làm gì** ở Việt Nam?

Linh: Chị là hướng dẫn viên du lịch[11].

Đạt: Chị sống[12] ở đâu?

Linh: Chị sống ở gần đây. Chị **phải đi**[13] rồi. **Hẹn gặp lại** em!

Đạt: **Hẹn gặp lại** chị!

① **Cách hỏi tên**

> 稱呼 + tên là gì? ➜ 自稱 + tên là + 名字
> Tên + 稱呼 + là gì? ➜ Tên + 自稱 + là + 名字

> Em tên là gì? ➜ Em tên là Hà.
> Tên cô là gì? ➜ Tên cô là Mai.

※ **備註**：Người Việt Nam khi giới thiệu tên chỉ giới thiệu tên cuối cùng.
（越南人在介紹名字的時候只介紹最後的名）

 Từ mới (B2.2/N2.2)

1. tên 名字	8. người 人
2. năm nay 今年	9. vui 高興
3. bao nhiêu 多少	10. được 可以
4. tuổi 歲	11. hướng dẫn viên du lịch 導遊
5. phải 要 / 得要 / 必須	12. sống (V) 住
6. gọi 叫人 / 打電話 / 點菜	→ cuộc sống (N) 生活
7. hình như 好像	13. đi 去 / 走

② Cách nói số

1 một	11 mười một	21 hai (mươi) (mốt)	40 bốn mươi
2 hai	12 mười hai	22 hai (mươi) hai	50 năm mươi
3 ba	13 mười ba	23 hai (mươi) ba	60 sáu mươi
4 bốn	14 mười bốn	24 hai (mươi) (tư)	70 bảy mươi
5 năm	15 mười (l)ăm	25 hai mươi (l)ăm	80 tám mươi
6 sáu	16 mười sáu	26 hai mươi sáu	90 chín mươi
7 bảy	17 mười bảy	27 hai mươi bảy	100 một trăm
8 tám	18 mười tám	28 hai mươi tám	101 một trăm (linh) một / một trăm (lẻ) một
9 chín	19 mười chín	29 hai mươi chín	105 một trăm (linh) năm / một trăm (lẻ) năm
10 mười	20 hai (mươi)	30 ba (mươi)	115 một trăm mười lăm
			1000 một ngàn / một nghìn

1. Quy tắc của 1（1 的規則）

01, 11 đọc là "một". Còn lại đọc là "mốt"

（01 和 11 念 "một"，剩下的念 "mốt"）

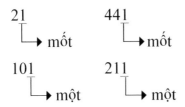

2. Quy tắc của 5（5 的規則）

Trước 5 là 0 thì đọc là "năm", còn lại đọc là "lăm" hoặc "nhăm" (đọc là "nhăm" thì từ 25 trở lên)

（5 前面是 0 念 "năm"，剩下的念 "lăm" 或 "nhăm"，若念 "nhăm" 要 25 以上）

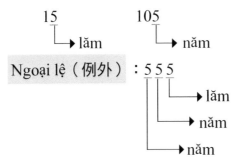

3.555：ba ngàn năm trăm năm mươi lăm

555.555：năm trăm năm mươi lăm ngàn, năm trăm năm mươi lăm

3. Quy tắc của 4（4 的規則）

4 và 14 đọc là "bốn", còn lại thường đọc là "tư"

（4 和 14 念 "bốn"，剩下的常念 "tư"）

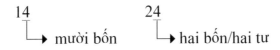

③ **bao nhiêu tuổi → năm nay bao nhiêu tuổi?** 今年幾歲？

Anh năm nay **bao nhiêu tuổi**? → Anh năm nay 41 tuổi.

Chị năm nay **bao nhiêu tuổi**? → Chị năm nay 20 tuổi.

Cô năm nay **bao nhiêu tuổi**? → Cô năm nay 34 tuổi.

④ **là người nước nào?** 是哪國人？

Cô **là người nước nào**? → Cô là người Việt Nam.

Anh **là người nước nào**? → Anh là người Đài Loan.

Chị **là người nước nào**? → Chị là người Anh.

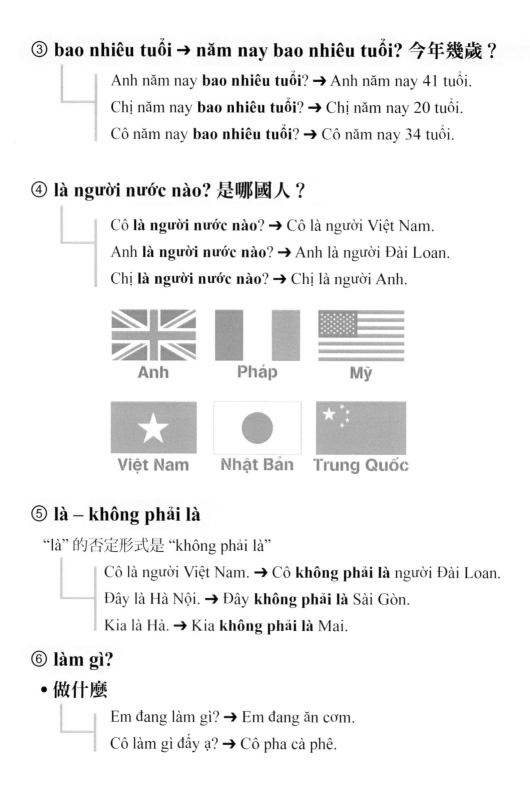

Anh　　**Pháp**　　**Mỹ**

Việt Nam　　**Nhật Bản**　　**Trung Quốc**

⑤ **là – không phải là**

"là" 的否定形式是 "không phải là"

Cô là người Việt Nam. → Cô **không phải là** người Đài Loan.

Đây là Hà Nội. → Đây **không phải là** Sài Gòn.

Kia là Hà. → Kia **không phải là** Mai.

⑥ **làm gì?**

• 做什麼

Em đang làm gì? → Em đang ăn cơm.

Cô làm gì đấy ạ? → Cô pha cà phê.

• 做什麼工作：làm gì → là

Em làm gì? → Em là sinh viên.

Chị làm gì? → Chị là hướng dẫn viên du lịch.

Ba em làm gì? → Ba em là bác sỹ.

 Cô giáo

 Học sinh

 Bác sĩ

 Y tá

 Nhân viên ngân hàng

 Hướng dẫn viên du lịch

⑦ **Rất vui được gặp + 稱呼**

Hẹn gặp lại + 稱呼

Luyện tập 練習

Nghe hiểu 聽力練習

 I. Ngữ âm: Luyện đọc các âm sau (B2.1/N2.1)
語音：跟讀練習

1. uôi: tuổi/nước suối/buổi chiều

2. ươi: người/rất lười/hay cười

3. ược: uống nước/đi trước/được nghỉ

4. iêu: bao nhiêu/siêu thị/tiêu tiền

5. iêt: người Việt/viết tên/lễ tiết

 II. Từ mới (B2.2/N2.2)
單字

 III. Hội thoại (B2.3/N2.3)
會話

 IV. Nghe và nhắc lại (B2.4/N2.4)
聽後跟讀

 V. Nghe và chọn số đúng (B2.5/N2.5)
聽後選擇正確答案

1. a. 25　　　　b. 15

2. a. 11　　　　b. 41

3. a. 48　　　　b. 84

4. a. 30　　　　b. 80

5. a. 73　　　　b. 78

🎧 **VI. Nghe và điền các số còn thiếu vào ô sau** (B2.6/N2.6)

　　聽後填入空格中還欠缺的數字

6	38	45	12	79	24	38	51
	4	27	19	66	43		93
55	54	82		15	61	82	

🎧 **VII. Nghe và chọn đáp án đúng** (B2.7/N2.7)

　　聽後選擇正確答案

1. Em tên là _____.

　　a. Lang　　　　　　b. Lan

2. Em năm nay _____ tuổi.

　　a. 26　　　　　　b. 29

3. Em sống _____?

       a. ở lâu   b. ở đâu

4. Em là người _____.

       a. Đài Loan   b. Việt Nam

5. Chị _____ làm gì?

       a. đang   b. Không

VIII. Nghe và viết ra từ nghe được (B2.8/N2.8)
聽後寫下你聽到的詞

Đọc hiểu và viết 閱讀與寫作練習

I. Viết các số sau
請以阿拉伯數字寫出以下數字

1. chín mốt   → _____   6. bốn tư   → _____

2. hai lăm   → _____   7. ba nhăm   → _____

3. mười tám   → _____   8. năm hai   → _____

4. sáu mươi   → _____   9. ba tám   → _____

5. bảy chín   → _____   10. mười một → _____

II. Viết các số sau
請以越南語表示以下數字

31 → _____   11 → _____

72 → _____   34 → _____

55 → _____   95 → _____

61 → _____   46 → _____

89 → _____   14 → _____

III. Mở rộng từ thành cụm từ có ý nghĩa
請用以下的單詞造出詞組

Ví dụ: *Việt Nam → người Việt Nam → đi Việt Nam → ở Việt Nam*

phải → phải làm gì? → phải đi đâu?→ phải đi Việt Nam

1. Đài Loan → _____

2. hẹn → _____

3. tên → _____

4. người → _____

5. ở → _____

6. là → _____

7. làm → _____

8. tuổi → _____

9. gặp → _____

10. sống → _____

IV. Chọn từ đúng ở trong ngoặc
   請選出括號內正確的選項

1. Tên anh (không là – không phải là) Nam.

2. Em (tên là – là tên) Ngân.

3. Chị là (người nước nào – người nước gì)?

4. Anh ấy (làm bác sỹ – là bác sỹ)

5. Chú đang ở đâu? Chú đang (ở nhà – nhà ở)

6. Anh (đi đâu) ăn cơm (đi đâu)?

7. Cô (ở đâu) làm việc (ở đâu)?

8. Cháu (sống – sống ở) Hà Nội.

9. Em phải gọi anh là (anh – em).

10. Anh uống cà phê chưa? Anh (không – chưa).

V. Nối thành cụm từ có ý nghĩa
連連看

1. năm nay   a. Pháp

2. không phải là   b. là gì

3. sống với   c. ở đâu

4. có hẹn với   d. nước nào

5. dạo này   e. chị Mai

6. sống ở   f. người Việt Nam

7. gặp chị Hà   g. người Đài Loan

8. tên   h. không có

9. người   i. làm gì

10. hình như   k. bao nhiêu tuổi

VI. Sắp xếp thành câu
重組句子

1. làm việc/ở/chị/đâu

_____

2. có/chị/rồi/hẹn

_____

3. bao nhiêu/rồi/năm nay/tuổi/em

_____

4. người/là/không/Đài Loan/phải/tôi

_____

5. em/đâu/chị/gặp/Linh/đi

_____

6. đi/anh/chị/rồi/Chiến/gặp/phải

_____

7. gần đây/bác sỹ/tôi/ở/là

_____

8. gần đây/ăn cơm/đi/ở/thường/tôi

_____

9. bận/em/làm việc/đang

_____

10. cháu/gọi/cô Hoa/là/phải

_____

BÀI
3

ANH/CHỊ BIẾT NÓI TIẾNG VIỆT KHÔNG?

第 3 課　你會說越南語嗎？

聲音檔

北越口音　南越口音

🎧 **Hội thoại** (B3.3/N3.3)

Huy: **Giới thiệu[1] với** anh Nam, đây[2] là chị Linh Linh.

Chị ấy đến[3] từ[4] Đài Loan.

Nam: Chào chị.

Linh: Chào anh.

Nam: Chị **biết nói[5] nhiều[6]** tiếng[7] Việt không?

Linh: Em biết nói một chút[8] thôi.

Nam: Chị đến Việt Nam **lâu[9] chưa**?

Linh: Em **mới đến**.

Nam: Chị đến Việt Nam du lịch[10] hay làm việc[11]?

Linh: Em đến Việt Nam công tác¹².

Nam: Chị sang¹³ Việt Nam công tác **lâu không**?

Linh: Năm ngày¹⁴ thôi, ngày mai¹⁵ em phải về nước rồi.

Nam: Chị nói tiếng Việt giỏi¹⁶ **quá**!

Linh: Cảm ơn anh! Anh **quá** khen¹⁷! Em nói tiếng Việt anh nghe¹⁸ có hiểu¹⁹ không?

Nam: Có chứ, em thấy²⁰ chị nói tiếng Việt rất tốt²¹. Chị **học**²² tiếng Việt ở **đâu**?

Linh: Em học ở Đài Loan.

Nam: Chị học tiếng Việt **bao lâu** rồi?

Linh: Em học 1 năm²³ rồi anh ạ.

 Từ mới（B3.2/N3.2）

1. giới thiệu 介紹
2. đây 這
3. đến 來 / 到
4. từ 自
5. nói 說
6. nhiều 多
7. tiếng 語言 / 小時
8. một chút 一下 / 一點
9. lâu 久
   → bao lâu 多久

10. du lịch 旅遊
11. làm việc 工作
12. công tác 出差
13. sang 來 / 到
14. ngày 天
15. ngày mai 明天
16. giỏi 優秀
17. khen 稱讚
18. nghe 聽
19. hiểu 懂

① **Giới thiệu với** 某人 → 向某個人介紹某個人

Giới thiệu với em, đây là chị Hoa.

Giới thiệu với anh, đây là anh Thắng.

② **biết**：知道、認識、會做什麼

Em biết anh Minh sống ở đâu không? → Dạ, em không biết ạ.

Em biết cô Mai không? → Dạ, em biết ạ.

Em biết nói tiếng Anh không? → Dạ, em biết nói một chút tiếng Anh.

③ **Cấu trúc V＋Adj**（V＋Adj 結構）

nói nhiều

ăn nhiều

làm nhiều

đi nhiều   V + Adj

ngủ ngon

ăn ngon

ăn no

④ **"mới"**

● 當形容詞 →「N＋ mới」→「新」的意思

Xe mới

Nhà mới

---

20. thấy 覺得／認為／看到	22. học 學
21. tốt 好	23. năm 年

● 當副詞 ➔「mới + V」➔「剛、才」的意思

      mới đến/mới ăn/mới đi/mới biết/mới làm

⑤ **lâu không/lâu chưa**

      Anh đi Việt Nam lâu không?

      Anh đến Việt Nam lâu chưa?

      Anh về nhà lâu không?

      Anh về nhà lâu chưa?

※ "lâu không" 是問「**多久**」；"lâu chưa" 是問「**多久了**」。

⑥ **程度副詞 "lắm" 和 "quá"**

"lắm" 在形容詞後面。

"quá" 可在形容詞前面或後面，在前面具有強調的意味。

      Cà phê ngon lắm!

      Cà phê ngon quá!   "lắm" 常用於描述句，具描述之用。

      Cà phê quá ngon!   "quá" 常用於感嘆句，表達「現場感嘆」之用。

⑦ **V ＋ 地點**

越南語表達某個動作在某個地點發生時，地點在動詞後面。

      Học tiếng Việt ở đâu?

      Ăn cơm ở nhà.

      Làm gì ở gần đây?

      Sống và làm việc ở Hà Nội.

Luyện tập 練習

Nghe hiểu 聽力練習

I. Ngữ âm (B3.1/N3.1)
語音：跟讀練習

1. iêng: tiếng Việt/siêng năng

2. oi: rất giỏi/học hỏi

3. en: quá khen/hoa sen

II. Từ mới (B3.2/N3.2)
單字

III. Hội thoại (B3.3/N3.3)
會話

IV. Nghe và nhắc lại (B3.4/N3.4)
聽後跟讀

V. Nghe và chọn đáp án đúng (B3.5/N3.5)
聽後選擇正確答案

1. Cô ấy（她）tên là May.　　☐ đúng　☐ sai

2. Cô ấy biết nói nhiều tiếng Việt.　☐ đúng　☐ sai

3. Cô ấy thích đi du lịch. ☐ đúng ☐ sai

4. Cô ấy đi rất nhiều nơi (地方). ☐ đúng ☐ sai

5. Cô ấy ngủ nhiều. ☐ đúng ☐ sai

6. Cô ấy không có bạn người Anh. ☐ đúng ☐ sai

7. Cô ấy sống ở Đào Viên. ☐ đúng ☐ sai

8. Cô ấy thường đi uống cà phê với bạn. ☐ đúng ☐ sai

9. Cô ấy không thích cà phê Việt Nam. ☐ đúng ☐ sai

Đọc hiểu và viết 閱讀與寫作練習

**I. Mở rộng từ thành cụm từ có ý nghĩa
請用以下單字造出詞組**

1. nói → _____

2. biết → _____

3. nghe → _____

4. học → _____

5. đến → _____

6. giới thiệu → _____

7. mới → _____

8. lâu → _____

9. công tác → _____

10. du lịch → _____

II. Hoàn thành các câu dưới đây và dùng từ trong ngoặc để trả lời
完成以下文句並用括弧內的詞語回答

Ví dụ: *Lan nói tiếng Việt* _____? *(tốt)*

Lan nói tiếng Việt có tốt không?

Lan nói tiếng Việt rất tốt.

1. Em học tiếng Việt _____ (mới học)

→ _____

2. Chị đi Việt Nam _____ (năm ngày thôi)

→ _____

3. Anh biết _____ (một chút thôi)

→ _____

4. Cháu _____ quá! (quá khen)

→ _____

5. Cô _____ ở đâu? (gần đây)

→ _____

6. Chú _____? (đi công tác)

→ _____

7. Bác _____ không ạ? (không hiểu)

→ _____

8. Ngày mai em _____ (có hẹn đi uống cà phê)

→ _____

9. Chị ở Việt Nam _____ (1 năm rồi)

→ _____

10. Chị Linh _____ (người Đài Loan)

→ _____

III. Sắp xếp thành đoạn hội thoại

請將以下句子重新排列成完整對話

1. Dạ một chút ạ.

2. Em là Nam?

3. Dạ một năm ạ.

4. Em học tiếng Anh bao lâu rồi?

5. Em biết nói tiếng Anh không?

6. Dạ vâng, có việc gì không ạ?

→ Thứ tự:　◯◯◯◯◯◯

IV. Sửa lại những câu sau cho đúng
請將以下句子改正

1. Chị Mai ở đây sống.

→ _____

2. Giới thiệu anh, đây là chị Nga.

→ _____

3. Chị Hoa tiếng Việt có giỏi.

→ _____

4. Không gặp chị lâu quá!

→ _____

5. Em năm ngày đi Việt Nam.

→ _____

6. Em có hẹn và anh Nam ở đâu?

→ _____

7. Chị Dung rất tốt và em.

→ _____

8. Em Đài Loan học.

→ _____

9. Chị thấy thế nào gần đây?

→ _____

10. Em biết một chút nói tiếng Việt.

→ _____

V. Tập nói: Dùng các từ gợi ý để viết lại và tập nói
   說故事：用以下詞語寫一段話並練習說說看

Nhân viên ngân hàng

- tên

- tuổi

- người Đài Loan

- biết nói tiếng Việt và tiếng Anh

- sống ở Đài Bắc

- là nhân viên ngân hàng

_____

_____

_____

_____

HỎI THĂM

——

第 4 課　問候

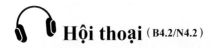

Hội thoại (B4.2/N4.2)

Anh Mạnh: Em ơi, cho¹ anh hỏi², anh Dũng có ở nhà không?

Chị Hồng: Xin lỗi, anh là ai³ ạ?

Anh Mạnh: Anh là bạn⁴ **của** anh Dũng.

Chị Hồng: Anh ấy không có ở nhà.

Anh Mạnh: Anh ấy đi đâu vậy?

Chị Hồng: Anh ấy đi làm⁵ ở công ty⁶ rồi.

Anh Mạnh: Công ty **của** anh ấy ở đâu?

Chị Hồng: Công ty **của** anh ấy ở quận 5.

Anh Mạnh: Em có số điện thoại⁷ của anh ấy không?

Chị Hồng: Anh ấy hôm nay⁸ quên⁹ không mang¹⁰ điện thoại anh ạ.

Anh Mạnh: Vậy, em có số điện thoại **của** công ty anh ấy không?

Chị Hồng: Dạ, em có.

Anh Mạnh: Cho anh xin¹¹ **được không**?

Chị Hồng: Dạ được, anh đợi¹² một lát.

......

Số điện thoại của công ty anh ấy là: 028-82531679.

(Gọi điện thoại)

Ngọc: A lô.

Mạnh: A lô.

Ngọc: Anh cần¹³ gì ạ?

Mạnh: Cho anh gặp anh Dũng.

Ngọc: Anh Dũng **vừa** ra ngoài¹⁴ rồi ạ.

Mạnh: Em có biết anh Dũng đi đâu

không?

Ngọc: Dạ, anh ấy đi gặp khách hàng¹⁵ rồi.

Mạnh: Em có biết anh ấy **bao giờ** về không?

Ngọc: Dạ, em cũng không rõ¹⁶. Anh có cần nhắn¹⁷ gì không ạ?

Mạnh: Phiền¹⁸ em nhắn với anh ấy gọi **lại** cho anh.

Ngọc: Dạ, cho em tên và số điện thoại của anh ạ.

Mạnh: Anh là Mạnh, số điện thoại là: 0904726138. Anh cảm ơn nhé.

Ngọc: Dạ, không có gì ạ.

① ấy：第一和第二人稱代詞加 ấy 變成第三人稱

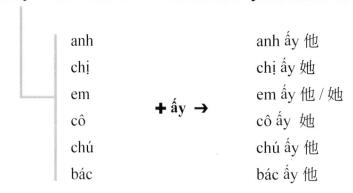

anh		anh ấy 他
chị		chị ấy 她
em	+ ấy →	em ấy 他 / 她
cô		cô ấy 她
chú		chú ấy 他
bác		bác ấy 他

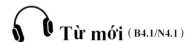 **Từ mới** (B4.1/N4.1)

1. cho 給	11. xin 要 / 求 / 要求
2. hỏi 問	12. đợi 等
3. ai 誰	13. cần 需要
4. bạn 朋友	14. ra ngoài 出去
5. đi làm 上班	15. khách hàng 客戶
6. công ty 公司	16. rõ 清楚
7. điện thoại 電話	17. nhắn 留言
8. hôm nay 今天	→ nhắn tin (V) 傳簡訊
9. quên 忘記	→ tin nhắn (N) 簡訊
10. mang 帶	18. phiền 麻煩

② của ➜ 所有格

điện thoại của anh ấy

中心語　　　　定語

- 中心語：即偏正短語中之主要核心成分，被修飾語所修飾。
- 定語：即修飾成分，修飾中心語。
- 若在中文，定語放在中心語前面，那麼在越南語，定語則是放在中心語的後面，即中文及越南語相反之核心結構。例如：

Tôi có số điện thoại của anh ấy.　　　　　我 有 他的手機號碼

　　　　中心語　　　定語　　　　　　　　　　　定語 中心語

S 　V 　　　　 O 　　　　　　　　　　　　 S 　V 　　　 O

※ **備註**：中文的「的」除了指「所有格」，還指「性質」。越南語只具「所有格」之用，但中心語和定語在越南語和中文是相反結構。例如：

Cô ấy là người rất tốt　　　　　　她是很好的人

　　　　中心語 定語　　　　　　　　　定語 中心語

③ được 好，可以

> Cho cô số điện thoại của Lan, được không?
> ➜ Dạ, được ạ.
> Ba ơi, cho con đi uống cà phê với bạn, được không?
> ➜ Không được.

※ "không được" 是「不行」、「不可以」、「不允許」。

④ quên 忘 / 忘記

越南語裡只有 "quên" 在肯定句與否定句表達同樣的結果。

> Anh ấy hôm nay quên mang điện thoại.
> ➜ 他今天忘了帶手機。（陳述「沒有帶手機」）

53

Anh ấy hôm nay quên không mang điện thoại.

→ 他今天忘了，沒有帶手機。（強調「忘記沒有帶到手機」
這件事）

普通情況來說，當越南人想要表達「忘了沒有做某件事」時，常用 "quên
không" 的結構。

⑤ vừa/mới/vừa mới「剛/剛剛」

Anh ấy vừa đi rồi. → 他剛出去了。

Anh ấy vừa mới đi rồi. → 他剛出去了。

Chị ấy vừa đến. → 她剛來。

Chị ấy vừa mới đến. → 她剛來。

⑥ bao giờ 什麼時候

放在動詞前面→事情未發生

放在動詞後面→事情已發生

Bao giờ anh đi Việt Nam? → 詢問何時去越南，人還沒去。

Anh đi Việt Nam bao giờ? → 詢問何時去越南的，人去過已回來。

⑦ lại 再（再做第二次、第三次）

Gọi lại → 再打

Làm lại → 再做

Nói lại → 再說

Nghe lại → 再聽

Luyện tập 練習

Nghe hiểu 聽力練習

 I. Từ mới (B4.1/N4.1)
單字

 II. Hội thoại (B4.2/N4.2)
會話

 III. Nghe và khoanh tròn vào từ nghe được (B4.3/N4.3)
聽後圈出你聽到的詞語

hôm nay	không được	ra ngoài	khách hàng	gọi lại
cảm ơn	điện thoại	ở nhà	đi làm	công ty
không biết	làm ơn	cần gì	bao giờ	quên rồi
mang cơm	xin lỗi	làm phiền	nhắn tin	bạn thân

 IV. Nghe và chọn đáp án đúng (B4.4/N4.4)
聽後選擇正確答案

1. Chị ấy đi đâu?

      a. đi việc gấp   b. đi gặp bạn

2. Bao giờ chị ấy về?

      a. lát nữa   b. không biết

3. Em ấy có bận không?

      a. bận   b. không bận

V. Nghe và trả lời câu hỏi (B4.5/N4.5)
聽後回答問題

1. Anh ấy tên là gì? _____

2. Anh ấy năm nay bao nhiêu tuổi? _____

3. Nhà anh ấy ở đâu? _____

4. Họ thường đi đâu và làm gì? _____

5. Số Mobi của anh ấy là bao nhiêu? _____

6. Số Vina của anh ấy là bao nhiêu? _____

7. Anh ấy có bận không? _____

Đọc hiểu và viết 閱讀與寫作

I. Chọn từ thích hợp "đi", "đến", "về" điền vào chỗ trống
選出最適當的動詞「*đi*」、「*đến*」、「*về*」並填入空格中

1. Ngày mai anh phải _____ làm.

2. Em mới về _____ nhà.

3. Chị ấy vừa mới _____ ra ngoài.

4. Hôm nay em _____ về quê.

5. Anh _____ công tác ở đâu?

6. Anh _____ Việt Nam bao giờ?

7. Bao giờ anh _____ Việt Nam?

8. Chị _____ nước chưa?

9. Em _____ đâu gặp khách hàng?

10. Hôm nay _____ đâu ăn cơm?

II. Chọn từ thích hợp vào nhóm
詞組分類

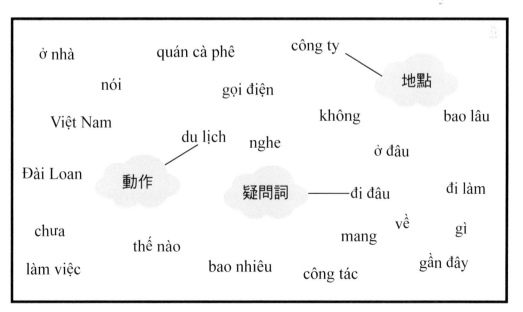

Ghép thành các câu có ý nghĩa với các từ trong các nhóm ở trên

接著用以上的詞組造句

Ví dụ: *Làm việc ở Đài Loan thế nào?*

→ _____

→ _____

→ _____

→ _____

→ _____

→ _____

→ _____

→ _____

→ _____

→ _____

III. Dịch sang tiếng Trung
翻成中文

1. Tôi không biết nhà anh ấy ở đâu.

_____

2. Anh ấy vừa ra ngoài rồi.

_____

3. Ngày mai gọi lại cho anh.

_____

4. Bao giờ anh đi gặp khách hàng?

_____

5. Nhà chị ấy ở gần công ty anh.

_____

6. Làm ơn cho hỏi, chị Hoa là chị nào?

_____

7. Anh quên mất rồi.

_____

8. Anh quên là hôm nay anh có hẹn với bạn.

_____

9. Nhắn với anh ấy là anh đi ra ngoài một chút.

_____

10. Nói cho em nghe, anh vừa đi đâu về?

_____

IV. Dịch sang tiếng Việt
翻成越南語

1. 請給我他的電話號碼。

_____

2. 他今天忘了帶飯到公司。

_____

3. 他住在我公司附近。

_____

4. 請問有人在嗎？

_____

5. 我不清楚他去哪裡，請晚一點再打來。

_____

6. 你的電話號碼是多少？

_____

7. 你什麼時候回家？

_____

8. 你回家了嗎？

_____

9. 你什麼時候要去越南？

_____

10. 請告知您的名字和您的電話號碼。

_____

V. Sắp xếp lại đoạn hội thoại
請將以下句子重新排列成完整對話

1. Bao giờ em gọi cho anh?

2. Em đi gặp khách hàng.

3. Em cũng không rõ.

4. Em đang làm gì?

5. Có việc gì không anh?

6. Bây giờ.

7. Gọi cho anh được không?

8. Bao giờ em về?

9. Dạ vâng.

10. Anh cần em có việc.

→ Thứ tự:

CUỐI TUẦN LÀM GÌ?

———

第 5 課　週末做什麼？

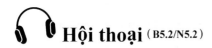 **Hội thoại**（B5.2/N5.2）

1.

Hà: Chị Mai ơi, mai **thứ mấy** ạ?

Mai: Mai thứ sáu, sao em?

Hà: Dạ, **cuối tuần** em muốn[1] về quê. **Cuối tuần** chị có đi đâu không?

Mai: **Tuần này** chị ở nhà đọc sách[2] và xem ti vi[3].

Hà: **Cuối tuần** chị không đi chơi[4] ạ?

Mai: **Có thể**[5] chị sẽ[6] đi chơi với bạn. Em về quê bao giờ quay lại[7]?

Hà: Dạ, **thứ hai** em quay lại ạ.

Mai: Thứ hai em **không phải** đi làm à?

Hà: Dạ, **thứ hai tuần sau** em **được nghỉ**. Em phải làm bù[8] **vào** thứ bẩy

     tuần sau.

Mai: Thích **thế**. Về quê vui vẻ[9] **nhé**!

2.

Ngân: Em ơi em **đang**[10] làm gì đấy?

Xuân: Dạ, em **đang** chuẩn bị[11] đi chợ mua[12] ít đồ ăn.

Ngân: Em bình thường có nấu ăn[13] không?

Xuân: Dạ có, em rất **thích** nấu ăn. Hơn nữa[14], cuối tuần này là sinh

      nhật[15] bạn em, em nấu ăn mời[16] bạn.

Ngân: Vậy à. Cuối tuần này là nghỉ lễ[17] 30 tháng 4. Bạn em sinh đúng

ngày giải phóng[18] miền Nam[19]. Bạn ấy **sinh năm bao nhiêu**?

Xuân: Dạ. Bạn ấy **sinh năm** 94, 30/04/1994.

① Hôm nay thứ mấy?

Thứ hai	Thứ ba	Thứ tư	Thứ năm	Thứ sáu	Thứ bảy	Chủ nhật
22/5	23/5	24/5	25/5	26/5	27/5	28/5

Hôm nay thứ tư, ngày 24 tháng 5

→ Hôm nay thứ mấy? ngày bao nhiêu?

Hôm nay là thứ sáu, ngày 26 tháng 5 năm 2018.

(Hôm nay là thứ sáu, ngày hai sáu tháng năm, năm hai không mười tám.)

 Từ mới (B5.1/N5.1)

1. muốn 想 / 想要	12. mua 買
2. đọc sách 看書	13. nấu ăn 做飯
3. xem ti vi 看電視	14. hơn nữa 再說
4. đi chơi 去玩	15. sinh nhật 生日
5. có thể 可以 / 有可能	16. mời 請 / 邀請
6. sẽ 將 / 會	17. nghỉ lễ 放假（節日）
7. quay lại 回來	→ nghỉ học 不 / 沒上課
8. làm bù 補班	→ nghỉ làm 不 / 沒上班
9. vui vẻ 快樂	→ xin nghỉ 請假
10. đang 正在	18. giải phóng 解放
11. chuẩn bị 準備	19. miền Nam 南部

※ **備註**：如想表達某件事發生於某個時間，可用以下結構：

vào + 時間

Ví dụ: *Cuối tuần, tôi thích ở nhà xem phim.*

➜ *Vào cuối tuần, tôi thích ở nhà xem phim.*

➜ *Tôi thích ở nhà xem phim vào cuối tuần.*

● **Ngày-tuần-tháng-năm**（日 / 禮拜 / 月 / 年）

● **Các từ chỉ thời gian**

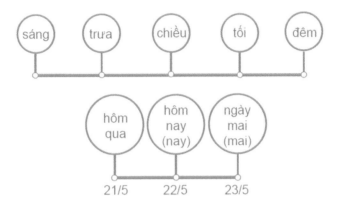

② **phải không?** 想確認某件事情 → 對嗎？是嗎？

Đây là Việt Nam phải không?
Phải, đây là Việt Nam.

Đây là Đài Loan phải không?
Không phải, đây là
Việt Nam.

Phải không?　　→　Phải

　　　　　　　　→　Không phải

Phải → 否定形式是 "không phải" → 不用，不需要

Ngày mai anh phải đi làm.

Ngày mai anh không phải đi làm.

→ Ngày mai anh có phải đi làm không?

③ **à/thế/nhé**

- **à**：疑問句尾語氣詞，意思等於「是嗎」，但口氣較為輕鬆，像中文的「啊」。

  > Anh không về nhà à?
  >
  > Chị là người Đài Loan à?
  >
  > Em học tiếng Việt à?

- **thế**：某些情況下即程度語氣詞，像中文表示程度的語氣助詞「那麼」。

  > Thích thế! → 那麼好！
  >
  > Đắt thế! → 那麼貴！

- **nhé**：句尾語氣詞，像中文的「吧」、「囉」、「喔」……
  → 希望某人答應某件事。

  > Đi uống cà phê với anh nhé!
  >
  > Ngủ ngon nhé!
  >
  > Đi đường cẩn thận nhé!

④ **được**

越南語的 "được" 常表達被動狀態，如：

"được nghỉ" → 放假（是因為國定假日等而可以放假，不是自己請假）

> Thứ hai tuần sau tôi được nghỉ, thứ bảy làm bù.
>
> Hôm qua tôi <u>nghỉ</u> học.（我昨天沒去上課 → 我翹課）
>
> Hôm qua tôi <u>được nghỉ</u> học.
>
> （我昨天沒去上課 → 是學校或老師允許放假）
>
> Ba mua xe mới cho tôi → Tôi được ba mua cho xe mới.

Luyện tập 練習

 I. Từ mới (B5.1/N5.1)
單字

 II. Hội thoại (B5.2/N5.2)
會話

 III. Nghe và chọn đáp án đúng (B5.3/N5.3)
聽後選擇正確答案

1. Anh ấy không bận phải không?

      a. phải   b. không phải

2. Nó thường ăn ít phải không?

      a. phải   b. không phải

3. Em ấy thường phải nấu ăn tối phải không?

      a. phải   b. không phải

4. Em ấy phải đi làm vào thứ bẩy tuần này phải không?

      a. phải   b. không phải

5. Thứ ba tuần sau em ấy được nghỉ phải không?

      a. phải   b. không phải

IV. Nghe và trả lời câu hỏi (B5.4/N5.4)
聽後回答問題

1. Chủ nhật em ấy có đi chơi không?

2. Em ấy chủ nhật có bận gì không?

3. Chị ấy định đi đâu và làm gì vào chủ nhật?

4. Tuần sau em ấy có rảnh không?

Đọc hiểu, nói và viết 閱讀、口語及寫作練習

I. Dùng "vào" viết lại câu
用「*vào*」改寫下列句子

Ví dụ : *Tối thứ hai tôi đi xem phim.*

→ *Tôi đi xem phim vào tối thứ hai.*

1. Cuối tuần tôi thường ở nhà nấu ăn.

→ _____

2. Thứ 2,4,6, tôi đi học tiếng Việt.

→ _____

3. Thứ bảy tôi có hẹn với bạn.

→ _____

4. Quốc khánh của Đài Loan là tháng mấy?

→ _____

5. Ngày nào anh được nghỉ?

→ _____

II. Trả lời các câu hỏi sau
請回答下列問題

1. Một tuần có mấy ngày?

2. Cuối tuần là thứ mấy và thứ mấy?

3. Cuối tháng là ngày bao nhiêu?

4. Một tháng có bao nhiêu ngày?

5. Tháng 2 có bao nhiêu ngày?

6. Ở Đài Loan, 1 tuần làm việc mấy ngày?

7. Ở Đài Loan, 1 tuần được nghỉ mấy ngày? Là thứ mấy và thứ mấy?

8. Ở Đài Loan, 1 năm được nghỉ bao nhiêu ngày?

9. Ở Đài Loan, Tết thường được nghỉ bao nhiêu ngày?

10. Năm nay nghỉ Tết từ ngày bao nhiêu đến ngày bao nhiêu?

11. 20/11 là ngày Nhà giáo Việt Nam. Ngày nhà giáo Đài Loan là ngày
nào?

12. 2/9 là ngày Quốc khánh Việt Nam. Ngày Quốc khánh Đài Loan là
ngày nào?

III. Hoàn thành các câu sau
請依框框內的提示寫出完整的句子

1
Thứ ba
Sinh nhật bạn
→ gọi điện

2
Thứ sáu
→ ở nhà đọc sách

3
Ăn tối với khách
hàng vào thứ tư

4
Thứ năm
Đi Hà Nội

5
Thứ hai
Được nghỉ làm
→ đi mua quà

1. Thứ sáu, anh ấy _____

2. _____

3. _____

4. _____

5. _____

IV. Xem lịch trình sau và nói lại
看表說說看

Thứ	Làm gì
Thứ hai	Đi làm ở công ty Đi đón con
Thứ ba	Đưa con đi học Đi gặp khách hàng Đi chợ mua đồ ăn
Thứ tư	Đi công tác Đi đón con
Thứ năm	Đi họp Đi ăn với khách hàng
Thứ sáu	Chưa có lịch (có thể sẽ đi mua quần áo) Tối đi sinh nhật bạn
Thứ bảy	Nghỉ Nấu ăn ở nhà
Chủ nhật	Cả nhà đi chơi

V. Nói lại lịch trình của bạn
説説自己的行程規劃

Thứ	Làm gì
Thứ hai	
Thứ ba	
Thứ tư	
Thứ năm	
Thứ sáu	
Thứ bảy	
Chủ nhật	

VI. Lịch trình du lịch Việt Nam: 5 ngày 4 đêm
五天四夜的越南旅遊行程

Ngày	Lịch trình
Ngày 1	Bay Đài Bắc – Hà Nội Ở và tham quan Hà Nội
Ngày 2	Thăm vịnh Hạ Long Nghỉ đêm trên vịnh

Ngày 3	Đi Tam Cốc – Bích Động
	Nghỉ đêm tại Tam Cốc – Bích Động
Ngày 4	Thăm Tam Cốc – Bích Động
	Về Hà Nội
Ngày 5	Về Đài Loan

VII. Lập kế hoạch du lịch Việt Nam 6 ngày 5 đêm của bạn
   自己規劃六天五夜的越南旅遊行程

Ngày	Lịch trình
Ngày 1	
Ngày 2	
Ngày 3	
Ngày 4	
Ngày 5	
Ngày 6	

MẤY GIỜ?

——

第６課　幾點？

🎧 Hội thoại（B6.2/N6.2）

Phương:	Anh ơi, mai **mấy giờ** anh đi làm?
Thắng:	Mai **8h** anh đi làm. Sao em?
Phương:	Mai em phải **đi sớm**[1] một chút, em sợ **đi muộn**[2] tắc đường.
Thắng:	Em mấy giờ **vào**[3] làm?
Phương:	**Sáng mai** công ty em có cuộc họp[4], nên **9h kém 15** em **vào làm**.
Thắng:	**Mấy giờ** em tan làm[5]?
Phương:	Khoảng **5h kém 10**. Em sẽ về đi chợ và nấu cơm.
Thắng:	Ừ.
Phương:	**Sau khi** tan làm, anh có đi đâu không?
Thắng:	Có thể anh sẽ đi uống bia[6] với bạn một chút.
Phương:	Anh về ăn cơm nhé.
Thắng:	Ừ, anh sẽ về ăn cơm với em.
Phương:	Khoảng[7] mấy giờ anh về?
Thắng:	Chắc[8] khoảng 7h tối.

🎧 Từ mới（B6.1/N6.1）

1. sớm 早
2. muộn 晚
3. vào 如 / 進入 / 進來 / 開始
4. cuộc họp (N) 會議
   → họp (V) 開會
5. tan làm 下班
6. uống bia 喝啤酒
7. khoảng 大約
8. chắc 也許 / 可能 / 堅定

① Bây giờ là mấy giờ? 現在是幾點？

giờ：越南人用 "h" 或 "g" 來表達「幾點」的時間

phút：分（分鐘）

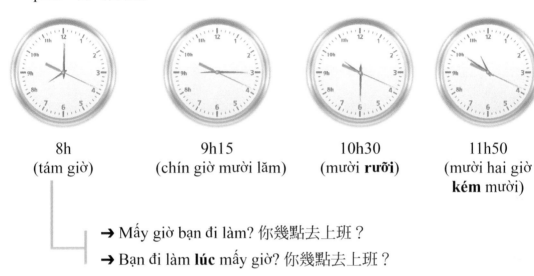

| 8h | 9h15 | 10h30 | 11h50 |
| (tám giờ) | (chín giờ mười lăm) | (mười **rưỡi**) | (mười hai giờ **kém** mười) |

➔ Mấy giờ bạn đi làm? 你幾點去上班？

➔ Bạn đi làm **lúc** mấy giờ? 你幾點去上班？

② sớm/muộn 早 / 晚

đi sớm/đi muộn

đến sớm/đến muộn

ngủ sớm/ngủ muộn

ăn sớm/ăn muộn

dậy sớm/dậy muộn

về sớm/về muộn

③ vào

đi làm – vào làm（去上班 – 開始上班）

đi học – vào học（去上課 – 開始上課）

đi họp – vào họp（去開會 – 開始開會）

④ **Biểu đạt thời gian** 時間的表達

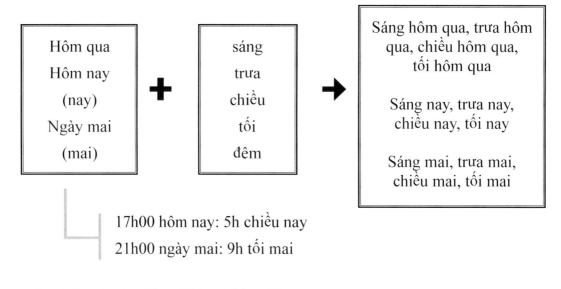

17h00 hôm nay: 5h chiều nay

21h00 ngày mai: 9h tối mai

⑤ **trước khi/sau khi** 之前 / 之後

trước khi ăn/sau khi ăn

trước khi ngủ/sau khi ngủ

trước khi đi làm/sau khi tan làm

Luyện tập 練習

Nghe hiểu 聽力練習

 I. Từ mới (B6.1/N6.1)
　　單字

 II. Hội thoại (B6.2/N6.2)
　　會話

 III. Nghe và chọn đáp án đúng (B6.3/N6.3)
　　聽後選擇正確答案

1. Anh ấy:

　　a. đi sớm　　　　　　　b. đi muộn

2. Nhà chị ấy:

　　a. ăn sớm　　　　　　　b. ăn muộn

3. Chị ấy:

　　a. ngủ sớm　　　　　　b. ngủ muộn

4. Phim:

　　a. có rất muộn　　　　　b. có sớm

5. Người Đài Loan thường:

　　a. tắm trước khi đi ngủ　b. tắm sau khi ngủ dậy

🎧 **IV. Nghe và chọn đáp án đúng sai, sau đó điền từ vào chỗ trống** (B6.4/N6.4)
聽後選擇正確答案，並填入空格中

Chọn đáp án đúng sai:

1. Buổi sáng cô ấy dậy lúc 6h ☐ đúng ☐ sai

2. Cô ấy ăn sáng lúc 7h ☐ đúng ☐ sai

3. Cô ấy đi làm lúc 7h30 ☐ đúng ☐ sai

4. Cô ấy ăn trưa khoảng 12h-12h30 ☐ đúng ☐ sai

5. Nhà cô ấy ăn tối lúc hơn 7h ☐ đúng ☐ sai

Điền từ vào chỗ trống:

1. Hàng ngày tôi _____ lúc_____ sáng.

2. Nhà tôi ở _____ nên thời gian tôi _____

    khoảng _____.

3. Đến 12h tan làm tôi _____ ăn trưa và _____

    khoảng 30 phút.

4. Buổi chiều sau khi tan làm tôi _____ nấu cơm và

    _____.

5. Nhà tôi _____ ăn tối lúc _____.

Đọc hiểu, nói và viết 閱讀、口語及寫作練習

I. **Nói các giờ sau**
   說說看，並寫下來

   1. bảy giờ kém năm sáng → _____

   2. tám rưỡi tối → _____

   3. một giờ chiều → _____

   4. mười một giờ hai mươi trưa → _____

   5. ba giờ hai lăm chiều → _____

   6. mười hai giờ trưa → _____

   7. mười giờ kém mười lăm tối → _____

   8. tám giờ năm sáng → _____

   9. mười một giờ đêm → _____

   10. bảy rưỡi tối → _____

II. **Viết lại các giờ sau**
    請用越南語寫出以下時間

    1. 6h30 → _____

    2. 9h05 → _____

    3. 10h35 → _____

4. 11h45 → _____

5. 12h10 → _____

6. 13h25 → _____

7. 14h50 → _____

8. 18h30 → _____

9. 20h40 → _____

10. 11h15 → _____

III. Sắp xếp lại theo trật tự hợp lý
   依合理順序寫出完整句子

12h00	ăn tối	8h15	
17h00	19h20	ăn sáng	ăn trưa
			vào làm
nấu cơm	đi gặp khách hàng	17h45	đi làm
9h00	10h30	tan làm	về nhà
		8h00	18h05

8h15 anh ấy từ nhà đi làm.

_____

_____

_____

IV. Nói lại một ngày của Hà
說說 Hà 的一天

Thời gian	Làm gì
6h10	Ngủ dậy
6h30	Chạy bộ buổi sáng
7h10	Tắm
7h35	Ăn sáng
7h55	Đi làm
8h40	Đến công ty, đi dập thẻ
8h45	Họp trước khi vào làm
9h00	Bắt đầu làm việc
10h20	Nghỉ 10 phút
12h00	Đi ăn trưa
12h30	Nghỉ trưa 30 phút tại công ty
13h00	Vào làm
14h20	Nghỉ 10 phút
17h00	Tan làm, đi dập thẻ và đi về nhà

17h50	Nấu cơm
19h10	Ăn tối và xem ti vi
19h55	Xem phim
20h50	Đi bộ 30 phút
22h00	Đi ngủ

V. Viết lại một ngày của bạn

　　寫下自己的一天

_____

_____

_____

_____

_____

_____

_____

ĐI NHƯ THẾ NÀO?

——

第 7 課　怎麼走？

聲音檔

北越口音　　南越口音

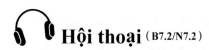 **Hội thoại**（B7.2/N7.2）

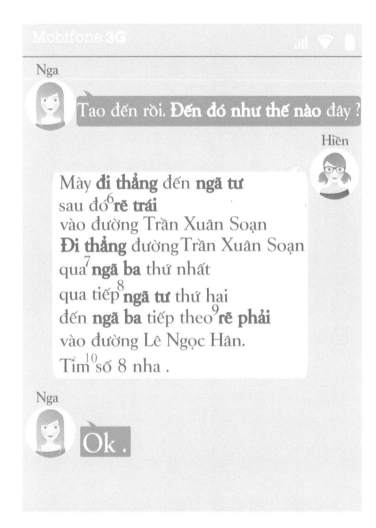

 Từ mới (B7.1/N7.1)

1. đường 路

2. tiện 方便

3. hỏng 壞 / 壞掉
   → hư（南越用法）

4. xuống 走下 / 下來

5. bến 站

6. sau đó 然後

7. qua 過 / 經過

8. tiếp 繼續 / 接著

9. tiếp theo 下一個／接著

10. tìm 找

① Đi như thế nào? 怎麼走？

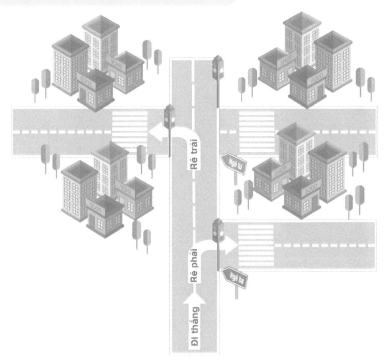

② Đi bằng gì? Đi bằng cách nào? 怎麼去／坐什麼交通工具去？

Xe buýt

Xe khách

Xe ôtô

Máy bay

Đi bộ

Tàu hỏa

Xe máy

Xe đạp

③ **Nói khoảng cách**

bao xa?

Từ nhà bạn đến công ty bao xa?

→ Khoảng 2 cây.

※ 越南語表達多遠時常以「距離」表示，而非時間。

※ 公里可以用 km 或 "cây"。

Luyện tập 練習

Nghe hiểu 聽力練習

 I. Từ mới (B7.1/N7.1)
單字

 II. Hội thoại (B7.2/N7.2)
會話

 III. Họ đang nói về chuyện gì? (B7.3/N7.3)
他們正在談什麼？

 IV. Nghe và vẽ lại đường đi (B7.4/N7.4)
聽後畫下路線

 V. Nghe và trả lời câu hỏi (B7.5/N7.5)
聽後回答問題

1. Họ đi bằng gì?

2. Từ đó đến nơi họ cần đến bao xa?

Đọc hiểu, nói và viết 閱讀、口語及寫作練習

I. Trả lời câu hỏi sau
請回答下列問題

1. Hàng ngày bạn đi làm bằng gì?

2. Từ nhà bạn đến công ty bao xa?

3. Từ nhà bạn đến công ty bao lâu?

4. Từ Đài Loan đi Việt Nam bằng gì?

5. Từ Hà Nội đi Vịnh Hạ Long bằng gì?

II. Khoanh tròn vào từ không thuộc nhóm
圈出不同類型的詞組

Ví dụ: *ăn sáng – ăn trưa – ăn tối –* (*ăn ảnh*)

1. đi sớm – đi muộn – đi đúng giờ – đi ô tô

2. xa nhà – bao lâu – gần nhà – bao xa

3. đường thẳng – ngã ba – ngã tư – rẽ trái

4. đi bộ – xe máy – ô tô – máy bay

5. rẽ trái – rẽ phải – đi sau – đi thẳng

III. Viết tiếp đoạn hội thoại sau
對話接寫

Nói cho bạn biết ăn ở đâu và chỉ đường cho bạn ấy

（請告訴朋友在哪裡吃以及指出路怎麼走）

IV. Hãy nói đi đến một địa điểm nào đó bằng cách nào?
請說說如何走

Bạn đang ở ga Hà Nội, bạn đến khách sạn Melia bằng cách nào?

V. Hãy tìm địa điểm được nói đến là gì?
請找出下方描述的地點是什麼？

Bạn đang ở khách sạn Melia, bạn đi thẳng đường Lý Thường Kiệt rồi rẽ trái vào đường Quang Trung, đến ngã tư thứ hai rẽ phải vào đường Hàng Khay, đi thẳng đến cuối đường Hàng Khay sẽ có một ngã sáu. Tòa nhà này nằm tại ngã sáu.

VI. Viết lại và nói cho bạn cùng lớp biết bạn đến lớp học tiếng Việt bằng cách nào và đi như thế nào?

請寫下並告訴同學自己是如何來上越南語課以及怎麼走

ĂN NHÀ HÀNG

——

第 8 課　在餐廳吃飯

🎧 **Hội thoại** (B8.2/N8.2)

(Gọi điện)

Khách hàng:	A lô, "QUÁN ĂN NGON" phải không?
Nhà hàng:	Vâng ạ, anh cần gì ạ.
Khách hàng:	Anh muốn đặt[1] ăn tối mai.
Nhà hàng:	Dạ, anh đặt bao nhiêu người ạ?
Khách hàng:	Anh đặt 6 người.
Nhà hàng:	Anh đặt mấy giờ ạ?
Khách hàng:	Anh đặt bảy giờ nhé.
Nhà hàng:	Anh có đặt trước[2] món[3] không ạ?
Khách hàng:	Không em ạ. Anh đến gọi món sau[4].
Nhà hàng:	Dạ, cho em xin tên ạ.
Khách hàng:	Anh tên Tiến.
Nhà hàng:	Anh Tiến cho em xin số điện thoại được không ạ?
Khách hàng:	Ừ, 0904152468.

(Đến nhà hàng)

Nhân viên:	Đây là thực đơn[5] nhà hàng[6] ạ.
Khách hàng:	Món gì ngon nhất em?
Nhân viên:	Dạ, nhà hàng em có các món ăn ba miền[7] Bắc, Trung, Nam.

Món nào cũng ngon ạ.

Khách hàng:	Cho anh một phở cuốn[8], một miến xào lươn[9], một nem cua bể[10], một ốc om chuối đậu[11], một bánh cuốn[12], một xôi gà[13], một bánh xèo[14], và một gà hấp lá chanh[15] và một lẩu bò[16] nhé.
Nhân viên:	Lẩu bò anh **dùng** với bún[17] hay với mì[18] ạ?
Khách hàng:	Cho anh mì nhé.
Nhân viên:	Vâng ạ. Anh có **dùng** đồ uống[19] gì không ạ?
Khách hàng:	Cho anh ba chai[20] bia[21] và ba lon[22] nước ngọt[23].
Nhân viên:	Bia anh **dùng** bia Hà Nội hay bia Sài Gòn ạ?
Khách hàng:	Bia lùn[24] Sài Gòn nhé.
Nhân viên:	Còn nước ngọt ạ?
Khách hàng:	Cho anh một cô ca, một pepsi và một nước cam.
Nhân viên:	Anh có **dùng** đá[25] không ạ?
Khách hàng:	Cho anh sáu cốc[26] đá.
Nhân viên:	Vâng ạ.

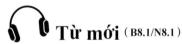 **Từ mới** (B8.1/N8.1)

1. đặt 預定	6. nhà hàng 餐廳
2. trước 前 / 先	7. miền 區域
3. món 道（菜）	8. phở cuốn 捲河粉
4. sau 後 / 後面	9. miến xào lươn 鱔魚炒冬粉
5. thực đơn 菜單	10. nem cua bể 螃蟹春捲

① đặt 訂 / 預定

```
        └──┐ đặt ăn/đặt chỗ/đặt trước
```

② xin

- 用於打招呼、道謝、道歉之固定用語
  ```
  └──┐ Xin chào, xin cám ơn, xin lỗi
  ```

- 禮貌之請求別人
  ```
  │ Xin hỏi
  │ Xin mọi người chú ý!
  │ Xin mọi người im lặng!
  ```

---

11. ốc om chuối đậu
    田螺青香焦悶豆腐濃湯

12. bánh cuốn 越式腸粉

13. xôi gà 雞肉糯米飯

14. bánh xèo 越式煎餅

15. gà hấp lá chanh 檸檬葉蒸雞

16. lẩu bò 牛肉火鍋

17. bún 米粉 / 米線

18. mì 麵

19. đồ uống 飲料

20. chai 瓶

21. bia 啤酒

22. lon 罐

23. nước ngọt 汽水 / 濃縮果汁

24. lùn 矮

25. đá 冰塊

26. cốc 杯子

- 要
    - Xin tiền
    - Xin số điện thoại

- 辦理，申請
    - Xin visa
    - Xin học bổng

- 應徵
    - Xin việc

③ nhất → 最高比較級 →「最」

Adj + nhất

- ngon nhất
- ngủ nhiều nhất
- ăn ít nhất

Luyện tập 練習

Nghe hiểu 聽力練習

 I. Từ mới (B8.1/N8.1)
單字

 II. Hội thoại (B8.2/N8.2)
會話

 III. Nghe và trả lời câu hỏi (B8.3/N8.3)
聽後回答問題

1. Anh ấy gọi gì?

2. Anh ấy đặt mấy giờ?

3. Anh ấy đặt mấy người?

4. Nhà hàng em ấy món nào ngon nhất?

5. Chị ấy gọi đá cho mấy người?

IV. Nghe và chọn đáp án đúng (B8.4/N8.4)
聽後選擇正確答案

1. Họ đang nói về chuyện gì?

   a. công việc   b. đi chơi   c. đi ăn

2. Quán bún ở Đinh Tiên Hoàng:

   a. bình thường   b. đông lắm phải xếp hàng

   c. không phải xếp hàng

3. Họ đi ăn:

   a. món Huế   b. món bún   c. không biết

4. Có tất cả bao nhiêu người đi ăn?

   a. 2   b. 3

   c. 5   d. 7

Đọc hiểu, nói và viết 閱讀、口語及寫作練習

I. Xếp các từ thích hợp vào cùng một nhóm
詞組分類

xào   om   pepsi   mì

hấp

Đồ uống   Đồ ăn

luộc   bánh

Cách nấu

coca   trà

bún   chiên

miến   nước ngọt

bia   nước cam

II. Phát triển các từ sau
請用以下單詞造出詞組

Ví dụ: đặt → *đặt ăn/đặt bàn/đặt chỗ/đặt trước/đặt mấy giờ...*

1. gọi → _____

2. muốn → _____

3. xin → _____

4. nhất → _____

5. dùng → _____

III. Sắp xếp lại thành đoạn hội thoại
請將以下句子重新排列成完整對話

1. Em muốn ăn gì?

2. Không cần đâu.

3. Đi xe máy cho tiện.

4. Quán nào ngon chị biết không ạ?

5. Chị em mình đi bằng gì ạ?

6. Đi ăn quán bún chả Obama đi, quán đó cũng được.

7. Chị ơi, đi ăn đi.

8. Phở hay bún đều được ạ.

9. Có cần đặt trước không chị?

10. Vậy đi ăn bún chả đi.

→ Thứ tự:

IV. Tìm ra ô hàng dọc

填入適當的詞彙，並找出關鍵詞

1.
2.
3.
4.
5.

1. Người Đài Loan thường gọi bánh mì Việt Nam là bánh mì

_____.

2. Hôm nay _____ mấy?

3. Người Việt Nam thường đi mua đồ ăn _____ chợ.

4. Hôm nay thứ hai được nghỉ lễ, bạn phải _____ vào thứ

bảy tuần sau.

5. Tên cũ của thành phố Hồ Chí Minh là _____.

V. Xem thực đơn và gọi món
試用以下菜單練習點菜

—THỰC ĐƠN—

THỰC ĐƠN

1. CÁC MÓN XÀO
Rau muống xào 25k
Mực xào cần tỏi 50k
Miến xào lươn 35k

2. CÁC MÓN GÀ
Gà hấp lá chanh 100k
Gà đồi nướng 150k
Gà xào sả ớt 80k
Chân gà luộc 40k

3. CÁC MÓN CÁ
Cá trê nướng 210k
Cá chép om dưa 180k
Cá diêu hồng chiên 150k

4. CÁC MÓN CUỐN
Phở cuốn 35k
Bò cuốn rau cải 85k

5. CÁC MÓN LẨU
Lẩu gà rau ngải 200k
Lẩu hải sản 200k
Lẩu lòng 180k

VI. Thử giới thiệu với người Việt Nam về món ăn của Đài Loan
小試身手：試著向越南人介紹台灣美食

1. Đậu phụ thối（臭豆腐）

2. Thịt kho tàu（控肉）

ĐI MUA ĐỒ

——

第 9 課　買東西

聲音檔

北越口音　　南越口音

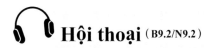

Hội thoại (B9.2/N9.2)

Tại cửa hàng quần áo[1]:

Nhân viên bán hàng: NVBH

NVBH:　Chị cần giúp[2] gì không ạ?

Chị Mai:　Chị muốn tìm một bộ vét[3] cho nam.

NVBH:　Dạ, cho ai ạ?

Chị Mai:　Cho ông xã[4] nhà chị.

NVBH:　Anh ấy **cao[5] bao nhiêu, nặng[6] bao nhiêu** ạ?

Chị Mai:　Anh ấy **cao 1m78, nặng 73 cân**. Cỡ[7] nào thì hợp[8] em?

NVBH:　Với chiều cao và cân nặng như vậy thì nên[9] mặc cỡ M chị ạ.

Chị Mai:　Cỡ M có chật[10] không?

NVBH: Không chật đâu chị ạ, cỡ M là vừa[11] đấy ạ. Cỡ L thì sẽ hơi rộng[12] và hơi dài[13] chị ạ.

Chị Mai: Mặc không vừa có được đổi hàng[14] không em?

NVBH: Được chị ạ, được đổi trong vòng[15] một tuần chị nhé. Chị giữ[16] cẩn thận[17] hóa đơn[18], khi mang hàng đến đổi phải kèm theo[19] hóa đơn mua hàng. Chị lấy[20] màu[21] gì ạ?

Chị Mai: Em thấy màu gì đẹp?

NVBH: Em thấy màu xanh và màu đen đều đẹp, đều dễ phối[22] với màu của cà vạt[23].

Chị Mai: Bộ này bao nhiêu tiền em?

NVBH: 2.050.000 chị ạ. Chị thanh toán[24] luôn chưa ạ?

Chị Mai: Chị thanh toán luôn.

NVBH: Đây, đồ của chị đây ạ, cảm ơn chị.

 Từ mới (B9.1/N9.1)

1. quần áo 衣服
2. giúp 幫 / 幫忙
   → giúp đỡ 幫忙
3. vét 西裝
4. ông xã 老公
   → bà xã 老婆
5. cao 高 / 身高
   → chiều cao 高度

6. nặng 重 / 體重
   → cân nặng 重量 / 體重
7. cỡ 尺寸
8. hợp 合 / 合適
9. nên 應該 / 所以
10. chật 窄 / 小
11. vừa 合身
12. rộng 大 / 寬

① Nói tiền

.00:	trăm	→ 100:	một trăm
.000:	ngàn/nghìn	→ 1.000:	một ngàn/một nghìn
.000.000:	triệu	→ 1.000.000:	một triệu
.000.000.000:	tỷ	→ 1.000.000.000:	một tỷ

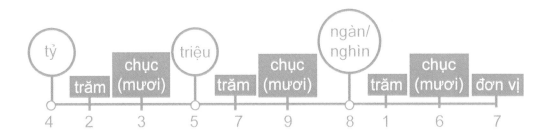

4.235.798.167: bốn tỷ hai trăm ba mươi lăm triệu bảy trăm chín mươi tám ngàn một trăm sáu mươi bảy.

---

13. dài 長	19. kèm theo 附上
14. đổi hàng 換貨	20. lấy 拿
15. vòng 環 / 圈 / 圓環	21. màu/ màu sắc 顏色
16. giữ 保持	22. phối 配
17. cẩn thận 小心	23. cà vạt 領帶
18. hóa đơn 收據	24. thanh toán 結帳

② màu sắc 顏色

- đen（黑）, trắng（白）, đỏ（紅）, tím（紫）, vàng（黃）, hồng（粉紅）, xanh（綠／藍）, nâu（土色／棕色）, cà phê（咖啡色）, xám（灰色）, lông chuột（淺灰）
- xanh（藍／綠）：xanh lá cây（樹葉綠）, xanh nước biển（海水藍）, xanh da trời（天空藍）, xanh cô ban（寶藍）, xanh lá mạ（螢光綠／嫩草綠）
- đỏ（紅）：đỏ thẫm（深紅）, đỏ nhạt（淺紅）

③ cao bao nhiêu? 多高？

Anh ấy cao một mét tám hai.

Em ấy cao một mét năm mươi.

④ **nặng bao nhiêu? 多重？**

> Anh ấy nặng 76 **cân**.
>
> Em ấy nặng 48 **ký**.

⑤ **hơi＋Adj：有一點**

> hơi dài
>
> hơi rộng
>
> hơi nhỏ

⑥ **V＋luôn：立刻**

> thanh toán luôn
>
> đi luôn
>
> ăn luôn

Luyện tập 練習

Nghe hiểu 聽力練習

🎧 **I.　Từ mới** (B9.1/N9.1)
單字

🎧 **II. Hội thoại** (B9.2/N9.2)
會話

🎧 **III. Nghe và điền từ vào chỗ trống** (B9.3/N9.3)
聽後填入空格中

1. Hà cao _____ , Hải nặng _____ .

2. Em ấy lấy màu _____ .

3. Em ấy mua bộ này _____ .

🎧 **IV. Nghe và trả lời câu hỏi** (B9.4/N9.4)
聽後回答問題

Em ấy mua gì?

Số lượng bao nhiêu?

Tổng cộng bao nhiêu tiền?

V. Nghe và điền vào bảng sau (B9.5/N9.5)
聽後填入以下表格

	Việt Nam	Đài Loan
Lương		
Thuê nhà		
Xe ô tô		
Ăn trưa		

Đọc hiểu và viết 閱讀與寫作練習

I. Viết lại thành số
請以阿拉伯數字寫出以下數字

1. Một trăm mười chín → _____

2. Chín trăm lẻ hai → _____

3. Ba ngàn hai trăm ba mươi → _____

4. Hai mươi tám ngàn bảy trăm sáu mươi hai → _____

5. Hai trăm lẻ ba ngàn một trăm hai mốt → _____

6. Sáu triệu bảy trăm bốn mươi ngàn hai trăm ba tư

   → _____

7. Bốn mươi hai triệu ba trăm chín tư ngàn không trăm linh sáu

    → _____

8. Hai trăm linh chín triệu bảy trăm tám chín nghìn sáu trăm mười

    bảy → _____

9. Một tỷ một trăm mười chín triệu sáu trăm ba lăm ngàn hai trăm

    bảy tám → _____

10. Sáu mươi bảy tỷ không trăm sáu lăm triệu bốn trăm bảy ba

    ngàn chín trăm hai tám → _____

II. Viết lại các số sau
請以越南語表示以下數字

1. 805 → _____

2. 413 → _____

3. 1.127 → _____

4. 27.619 → _____

5. 234.008 → _____

6. 5.405.116 → _____

7. 98.018.255 → _____

8. 478.963.221 → _____

9. 3.089.127.407 → _____

10. 21.809.317.009 → _____

III. Nối câu hỏi ở cột trái với câu trả lời thích hợp ở cột phải
連連看：將適合的問答句連起來

1. Chị muốn tìm gì?   a. Được

2. Cỡ nào thì hợp?   b. 1 tuần

3. Em ấy cao bao nhiêu?   c. Không

4. Em ấy nặng bao nhiêu?   d. 1 bộ quần áo

5. Quần áo có vừa không?   e. Có

6. Có được đổi hàng không?   f. Cỡ M

7. Màu nào dễ phối nhất?   g. 1m65

8. Có hóa đơn mua hàng không?   h. Hơi chật

9. Đổi hàng trong vòng bao lâu?   i. 49 kg

10. Có thanh toán luôn không?   k. Màu trắng

IV. Trả lời các câu hỏi sau
請回答以下問題

1. Mắt người châu Á/Âu/Úc/Mỹ màu gì?（mắt：眼睛）

→ _____

2. Tóc người châu Á/Âu/Úc/Mỹ màu gì?（tóc：頭髮）

→ _____

3. Da người châu Á/Âu/Úc/Mỹ màu gì?（da：皮膚）

→ _____

4. Máu màu gì?（máu：血）

→ _____

5. Tường nhà bạn màu gì?（tường：牆）

→ _____

6. Bàn làm việc nhà bạn màu gì?（bàn làm việc：辦公桌）

→ _____

7. Máy tính nhà bạn màu gì?（máy tính：電腦）

→ _____

8. Điện thoại của bạn màu gì?（điện thoại：電話）

→ _____

9. Quần áo của bạn màu gì? Bạn thích quần áo màu gì?

（quần áo：衣服）

→ _____

10. Giầy của bạn màu gì?（giầy：鞋子）

→ _____

V. Hàng ngày bạn đi chợ, bạn mua những gì?
   市場價格知多少：你每天去市場都買些什麼？

   1. rau: bao nhiêu tiền một mớ?（rau：青菜）

   → _____

   2. thịt: bao nhiêu tiền một cân?（thịt：肉）(một cân＝1kg)

   → _____

   3. trứng: bao nhiêu tiền một quả?（trứng：蛋）

   → _____

   4. rau thơm: bao nhiêu tiền một lạng?（rau thơm：香菜類）

      (một lạng＝100gr)

   → _____

   5. sữa: bao nhiêu tiền một hộp?（sữa：奶／鮮奶／奶粉）

   → _____

VI. Dùng từ trong ngoặc trả lời câu hỏi sau
   請用括弧內的價錢回答問句

   1. Ở Hà Nội, phở bò bao nhiêu tiền một bát?（50.000đ）

   → _____

   2. Vé xem phim bao nhiêu tiền một vé?（45.000đ）（vé：票）

   → _____

3. Căn hộ chung cư bao nhiêu tiền một căn?（2 tỷ）

（căn hộ chung cư：公寓）

→ _____

4. Xe máy bao nhiêu tiền một chiếc?（40 triệu）（xe máy：機車）

→ _____

5. Lương bao nhiêu tiền một tháng?（7 triệu）（lương：薪水）

→ _____

6. Thuê nhà bao nhiêu tiền một tháng?（1.5 triệu）

（thuê nhà：租房子）

→ _____

7. Mỳ tôm bao nhiêu tiền một gói?（5.000đ）（mỳ tôm：泡麵）

→ _____

8. Cơm hộp bao nhiêu tiền một suất?（40.000đ）（cơm hộp：便當）

→ _____

9. Taxi bao nhiêu tiền một cây?（11.900đ）

→ _____

10. Khách sạn bao nhiêu tiền một đêm?（700.000đ）

（khách sạn：飯店）

→ _____

VII. Nhà bạn tiêu bao nhiêu tiền một tháng?

家庭花費知多少：你家一個月花費多少錢？

Tiền ăn? → _____

Tiền điện? → _____

Tiền nước? → _____

Tiền điện thoại? → _____

Tiền ga? → _____

Tiền xăng? → _____

Tiền tiêu vặt? → _____

TRONG PHÒNG CÓ GÌ?

第 10 課　房間裡有什麼？

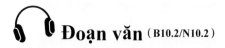

Đoạn văn (B10.2/N10.2)

Tôi mới mua một căn hộ[1] chung cư[2], rất đẹp và rộng. Nhà tôi có ba phòng ngủ[3], một phòng khách[4], một bếp[5], hai nhà vệ sinh[6] và hai ban công[7]. Phòng khách nhà tôi rất thoáng[8] và mát[9]. **Trong** phòng khách có một **bộ** bàn ghế[10] sa lông[11] **bằng** da[12] màu nâu, trên ghế có một **vài**[13] **chiếc** gối ôm[14] với đủ[15] các màu: màu trắng, màu xanh, màu vàng và màu đỏ. **Bên trái** bộ bàn ghế sa lông là một **chiếc** giá sách[16] màu cam, **trên** giá sách có mấy quyển từ điển[17] tiếng Việt và tiếng Anh, một vài **cuốn** sách và một vài **tờ** báo[18]. **Bên phải** là một **chiếc** đèn[19] lớn[20] màu đen, tôi thường ngồi[21] đọc sách **dưới chiếc** đèn này. **Phía trước** bộ sa lông, trên tường[22] là một **chiếc** ti vi màn hình phẳng[23] lớn. Phòng khách nhà tôi còn treo[24] nhiều tranh[25] và ảnh[26] của gia đình.

Phòng tôi không rộng lắm nhưng sạch sẽ[27]. **Trong** phòng có một **chiếc** giường[28] và một **chiếc** bàn nhỏ, **trên** bàn để nhiều đồ dùng[29] cá nhân[30] hàng ngày[31] như máy tính[32], túi xách[33], đồ trang điểm[34], bình nước[35], chìa khóa[36], giấy ăn[37], máy sấy tóc[38] và một vài thứ khác[39]. Phòng tôi còn có tủ quần áo[40] và bàn làm việc[41].

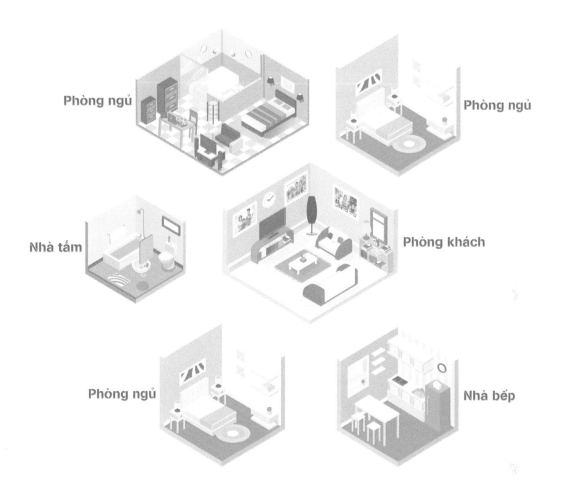

Phòng ngủ

Phòng ngủ

Nhà tắm

Phòng khách

Phòng ngủ

Nhà bếp

 Từ mới (B10.1/N10.1)

1. căn hộ 戶	9. mát 涼爽
2. chung cư 大樓	10. bàn ghế 桌椅
3. phòng ngủ 臥房	11. sa lông 沙發
4. phòng khách 客廳	12. da 皮
5. bếp 廚房	13. một vài 一些 / 某些
6. nhà vệ sinh 廁所	14. gối ôm 抱枕
7. ban công 陽台	15. đủ 足夠 / 充足
8. thoáng 通風	16. giá sách 書架

① **Lượng từ**

chiếc - cái:	chiếc đồng hồ, chiếc điện thoại, cái cốc, cái bàn, cái ghế, cái mũ, cái ô
bức:	bức tranh, bức ảnh
tấm:	tấm bản đồ, tấm vải
tờ:	tờ giấy, tờ báo, tờ tiền, tờ hóa đơn
con:	con bò, con lợn, con chó, con mèo, con tem, con dao
đôi:	đôi giày, đôi dép, đôi kính
quyển - cuốn:	quyển sách, quyển từ điển, cuốn vở
quả:	quả cam, quả dứa, quả dưa hấu, quả na, quả táo, quả bí
củ:	củ khoai, củ cà rốt, củ đậu, củ hành, củ hành tây

---

17. từ điển 詞典
18. báo 報紙
19. đèn 燈
20. lớn 大
21. ngồi 坐
22. tường 牆
23. ti vi màn hình phẳng 液晶電視
24. treo 掛
25. tranh 畫
26. ảnh 照片
27. sạch sẽ 乾淨
28. giường 床
29. đồ dùng 用品
30. cá nhân 個人
31. hàng ngày 每天
32. máy tính 電腦
33. túi xách 包包
34. trang điểm 化妝
35. bình nước 水壺
36. chìa khóa 鑰匙
37. giấy ăn 餐巾紙
38. máy sấy tóc 吹風機
39. khác 別的 / 不一樣
40. tủ quần áo 衣櫃
41. bàn làm việc 辦公桌

② Từ phương vị 方位詞

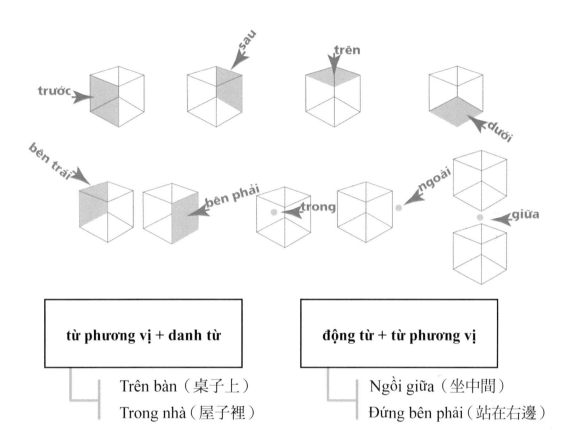

từ phương vị + danh từ

Trên bàn（桌子上）
Trong nhà（屋子裡）

động từ + từ phương vị

Ngồi giữa（坐中間）
Đứng bên phải（站在右邊）

③ bằng：用什麼做的？

Cái này làm bằng gì?

➜　Cái này làm bằng da.

➜ Cái này làm bằng gỗ.

Cái kia làm bằng gì?

➜ Cái kia làm bằng nhựa.

Luyện tập 練習

Nghe hiểu 聽力練習

I. Từ mới (B10.1/N10.1)

單字

II. Hội thoại (B10.2/N10.2)

會話

III. Nghe và cho biết mọi người ở đâu trong nhà hàng (B10.3/N10.3)

聽後告知說話的人在餐廳的哪個位置

1. _____

2. _____

3. _____

IV. Nghe và trả lời câu hỏi (B10.4/N10.4)

聽後回答問題

1. Chiếc áo để ở đâu?

2. Chiếc điện thoại để ở đâu?

V. Nghe và tìm ra tên các đồ vật và vị trí của chúng (B10.5/N10.5)
聽後找出東西及其位置

Số thứ tự	Tên đồ vật	Vị trí
1		
2		
3		
4		
5		

Đọc hiểu và viết 閱讀與寫作練習

I. Sắp xếp các từ vào các nhóm thích hợp
詞組分類

từ phương vị · cạnh · giữa · đồ dùng gia đình · trên · dưới · đèn · ngoài · sa lông · phòng khách · phải · phòng bếp · phòng ngủ · trái · ban công · giá sách · ti vi · ghế · máy tính · sau · các phòng · bàn · trong · nhà vệ sinh · trước · tủ quần áo · máy lạnh

II. Điền các từ "trên, dưới, trong, ngoài, cạnh" vào chỗ thích hợp
填入適當的方位詞「*trên, dưới, trong, ngoài, cạnh*」

1. Máy tính để ở _____ bàn.

2. Tủ quần áo ở _____ phòng ngủ.

3. Máy lạnh treo ở _____ tường.

4. Xe máy để ở _____ sân.

5. Gối ôm ở _____ ghế.

6. Chiếc bàn đặt _____ ti vi.

7. Sọt rác ở _____ gầm bàn.

8. Tủ lạnh đặt ở _____ bếp.

9. Đồ dùng cá nhân để ở _____ ngăn kéo.

10. Điện thoại để ở _____ túi.

III. Viết lại các câu sau
請改寫下列句子

Ví dụ: *Bên trái bộ bàn ghế sa lông là một chiếc giá sách màu cam.*

→ *Bộ bàn ghế sa lông ở bên phải chiếc giá sách màu cam.*

1. Trên ghế sa lông có một vài chiếc gối ôm.

→ _____

2. Trên giá sách có một quyển từ điển Việt – Trung.

→ _____

3. Cạnh chiếc bàn là một chiếc đèn lớn.

→ _____

4. Trên tường là một chiếc ti vi màn hình phẳng lớn.

→ _____

5. Trên tường phòng khách treo nhiều tranh và ảnh.

→ _____

6. Trên tường có treo một chiếc máy lạnh.

→ _____

7. Trong phòng có một chiếc giường lớn.

→ _____

8. Đồ dùng cá nhân để ở trên bàn.

→ _____

9. Máy tính để ở trên bàn làm việc.

→ _____

10. Trong tủ quần áo có nhiều quần áo.

→ _____

IV. Sửa lại những câu sau cho đúng
請將下列句子改正

1. Nhà tôi có ba cái phòng.

→ _____

2. Tôi có hai bạn.

→ _____

3. Trong phòng khách có một chiếc bàn ghế sa lông.

→ _____

4. Có nhiều sách ở trong giá sách.

→ _____

5. Phòng khách để nhiều tờ ảnh của gia đình.

→ _____

6. Tôi thích ăn quả táo.

→ _____

7. Chiếc giày này rất đẹp.

→ _____

8. Chiếc quần áo này màu trắng.

→ _____

9. Này căn hộ rộng.

→ _____

10. Củ khoai không ngon.

→ _____

V. **Căn phòng bí mật**
密室破解

Dưới đây là căn phòng bí mật, hãy trả lời câu hỏi để biết căn phòng bí mật có gì?

1. Cái gì dùng để ngủ?

2. Cái gì dùng để ngồi?

3. Cái gì mặc trên người?

4. Cái gì dùng để bảo quản đồ ăn?

5. Cái gì dùng để xem phim?

6. Cái gì làm sáng căn phòng?

CÔ GIÁO EM RẤT HIỀN

——

第11課　我的老師很和善

Cô giáo em

- rất trẻ[1]

- rất hiền[2]

- thông minh[3]

- hay cười

- hay giúp đỡ

  người khác

- không cao

- không mập

Cô giáo em là người

- thông minh

- hay cười[4]

- hay giúp đỡ

  người khác

- rất hiền

➡ *Cô giáo em là*

  người thế nào?

Cô giáo em trông

- rất trẻ

- rất hiền

- không cao

- không mập[5]

➡ *Cô giáo em trông như thế nào?*

➡ *Cô giáo em trông trẻ và hiền.*

① **Là người thế nào?** 是怎麼樣的人

Nó là người kỹ tính nhất nhà.

② **Các tính từ chỉ tính cách** 形容人的個性的詞語

hiền

ngoan

dễ tính >< khó tính

dễ thương

rộng lượng >< keo kiệt

tốt bụng

ích kỷ

③ **Trông (có vẻ) như thế nào?** 形容人 / 物看起來怎麼樣

Anh ấy trông rất hiền.

Anh ấy trông hơi cao.

Món này trông không ngon lắm.

Nhà ấy trông có vẻ giầu.

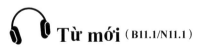 **Từ mới** (B11.1/N11.1)

1. trẻ 年輕	4. cười 笑
2. hiền 和善 / 溫和 / 善良	5. mập 胖
3. thông minh 聰明	

④ và/lại/nhưng

- "và" 連結兩個對等的詞，即「和」之義。

  Chiếc áo này đắt và không đẹp.

  Anh ấy thông minh và đẹp trai.

- "lại" 連結兩個對等的詞，但有強調色彩，即「又」之義。

  Anh ấy thông minh lại đẹp trai.

  Cô ấy cao lại đẹp.

- "nhưng" 連結兩個不對等的詞，即「但是」之義。

  Anh ấy cao nhưng hơi mập.

  Anh này nhiều tiền nhưng trông hơi già.

Luyện tập 練習

Nghe hiểu 聽力練習

🎧 **I. Từ mới** (B11.1/N11.1)
單字

🎧 **II. Nghe và chọn đáp án đúng** (B11.2/N11.2)
聽後回答問題

1. Bạn ấy năm nay _____ tuổi.

    a. 23   b. 33

2. Bạn ấy trông thế nào?

    a. hơi mập   b. hơi thấp   c. hơi mập và hơi thấp

3. Bạn ấy là người _____.

    a. thông minh   b. khó tính   c. thông minh và vui tính

4. Bố bạn ấy là người nói nhiều phải không?

    a. phải   b. không phải

5. Anh trai bạn ấy trông thế nào?

    a. đẹp trai   b. cao to   c. đẹp trai và cao to

🎧 **III. Nghe và điền vào bảng câu hỏi điều tra** (B11.3/N11.3)
　　聽後填入表格中

BẢNG CÂU HỎI ĐIỀU TRA

① **Giới tính:** ☐ nam　　☐ nữ

　Tuổi: ☐ 20-25　☐ 25-30　☐ trên 30

② **Bình thường có tập thể thao không?**

　☐ có　　☐ một chút　　☐ không

③ **Cuối tuần thường làm gì?**

　☐ đi chơi　　☐ thỉnh thoảng ra ngoài　　☐ ở nhà

④ **Thường đi với ai?**

　☐ với bạn　　☐ với gia đình　　☐ một mình

⑤ **Thường thích đi đâu?**

　☐ đi xem phim　　☐ đi mua đồ

⑥ **Mẫu đàn ông lý tưởng:**

　☐ cao to đẹp trai　☐ thông minh　☐ vui tính

　☐ lương cao　☐ tự tin　☐ rộng lượng

Đọc hiểu, nói và viết 閱讀、口語及寫作練習

I. Tra từ điển và tìm từ trái nghĩa của những từ sau
請查字典並找出下列字的相反詞

đắt _____   rộng_____   cao_____   sáng_____

vui_____   hiền_____   dầy_____   tự tin_____

vui tính_____   béo/mập _____   hay_____   ngon_____

già _____   thông minh_____   đẹp_____   khỏe_____

II. Dùng từ trong ngoặc để viết câu trả lời
請用括弧內的詞語完整回答句子

1. Anh ấy trông thế nào (khó tính/đẹp trai)

→ _____

2. Cái đồng hồ này trông thế nào (đẹp/đắt)

→ _____

3. Cô giáo bạn trông thế nào? (trẻ/đẹp)

→ _____

4. Chị ấy là người thế nào? (ít nói/tốt)

→ _____

5. Cuộc sống của em thế nào? (thoải mái/dễ chịu)

→ _____

6. Đồ ăn Việt Nam thế nào? (ngon/rẻ)

→ _____

7. Chiếc xe này trông thế nào? (còn mới)

→ _____

8. Cái áo này trông thế nào? (hợp với chị ấy)

→ _____

9. Chiếc điện thoại này thế nào? (cũ/dùng tốt)

→ _____

10. Nhà ấy thế nào? (giàu/keo kiệt)

→ _____

III. Sửa lại các câu sau cho đúng
   請將下列句子改正

1. Em ấy trông hay giúp đỡ người khác.

→ _____

2. Chị ấy trông trẻ và khó tính.

→ _____

3. Anh ấy thông minh và hơi mập.

→ _____

4. Nhà này đẹp và đắt.

→ _____

5. Sống Đài Loan tiện nhưng rẻ.

→ _____

IV. Tự giới thiệu mình theo mẫu sau
    根據下列提示做簡單的自我介紹

- Tên

- Tuổi

- Chiều cao

- Cân nặng

- Sở thích

- Là người thế nào?

→

Giới thiệu về gia đình em

_____

_____

_____

_____

_____

_____

_____

Ai là người được chọn?

Mai muốn giới thiệu bạn trai cho Hiền. Trong ba người dưới đây, ai là người phù hợp với tiêu chuẩn của Hiền?

Mai:

— Anh áo trắng trông cũng đẹp trai, rất hiền, nhà giàu, quan tâm bạn gái, hiện là nhân viên ngân hàng, năm nay 29 tuổi, gia đình có công ty ở Việt Nam, rất thích sống ở Việt Nam và thích ăn đồ ăn Việt Nam.

— Anh áo xanh nước biển hơi mập một chút, nhưng thông minh, hay cười, nhà bình thường, công việc ổn định, thích đi du lịch và rất quan tâm bạn gái. Anh này năm nay 33 tuổi, chưa đi Việt Nam nhưng muốn tìm hiểu về Việt Nam.

— Anh áo xanh nhạt cao, đẹp trai, tính tình vui vẻ, nhà cũng được, thích tập thể thao, thích nghe nhạc, xem phim, biết nấu ăn và chiều bạn gái. Anh này năm nay 32 tuổi, chưa biết nhiều về Việt Nam.

Mai: *Em thích người như thế nào?*

Hiền: *Dạ, em thích người hiền lành, thân thiện, trông phải được một chút, thông minh, quan tâm đến em, tuổi không cao quá, nhà có điều kiện một chút và nếu có thể, sẽ sống ở Việt Nam.*

Theo bạn, Hiền sẽ chọn ai? Tại sao?

HÔM NAY TRỜI THẾ NÀO?

第12課　今天天氣怎麼樣？

聲音檔

北越口音

南越口音

Dự báo thời tiết tuần tới:
Hà Nội: 21℃ - 34℃

Thứ hai 12/6/2017	Thứ ba 13/6/2017	Thứ tư 14/6/2017	Thứ năm 15/6/2017	Thứ sáu 16/6/2017	Thứ bảy 17/6/2017	Chủ nhật 18/6/2017
29℃-34℃	27℃-32℃	22℃-25℃	21℃-24℃	26℃-29℃	27℃-32℃	29℃-31℃
Ngày nắng nóng	Ngày nắng nóng	Có mưa	Có mưa	Ngày nắng nóng	Ngày nắng nóng	Ngày nắng nóng

Dự báo[1] thời tiết[2]

Hôm nay trời[3]:

- Có nắng[4]
- Có lúc nhiều mây
- Không mưa[5]
- Trời đẹp
- Nhiệt độ[6] từ 23℃ –29℃

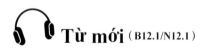 **Từ mới** (B12.1/N12.1)

1. dự báo 預報	4. nắng 太陽
2. thời tiết 天氣	5. mưa 下雨
3. trời 天	6. nhiệt độ 溫度

① Các mùa trong năm 一年四季

Mùa xuân

Mùa hè/mùa hạ

Mùa thu

Mùa đông

② Nói về thời tiết 說天氣

Các từ chỉ thời tiết 形容天氣的詞：

nắng（有太陽）, nóng（熱）, lạnh（冷）, mây（雲）, mưa（下雨）,

âm u（暗暗的）, khô（乾）, ẩm（潮濕）, mát（涼爽）, oi bức（悶熱）……

Hôm nay trời đẹp, nắng to, gió nhẹ, quang mây, nhiệt độ từ 25 ℃ đến 29℃ .

Hôm qua trời mưa nhẹ, nhiều mây, âm u, nhiệt độ từ 21℃ đến 24℃ .

③ So sánh 比較

A + Adj + như/bằng B

A + Adj + hơn B

A + không + Adj + như/bằng B

Hôm nay 32℃

Hôm qua 32℃

➜ Hôm nay nóng như hôm qua.

Hôm nay 32℃

Hôm qua 30℃

➜ Hôm nay nóng hơn hôm qua.

➜ Hôm qua không nóng bằng hôm nay.

Luyện tập 練習

Nghe hiểu 聽力練習

 I. Từ mới (B12.1/N12.1)
單字

 II. Nghe và chọn đáp án đúng (B12.2/N12.2)
聽後選擇正確答案

1. Hôm nào nóng nhất?

       a. hôm qua   b. hôm nay   c. ngày mai

2. Hôm nào nóng hơn?

       a. hôm qua   b. hôm nay

3. Khi nào trời không mưa và có nắng?

       a. đầu tuần   b. cuối tuần

4. Dự báo tuần tới:

       a. trời ẩm ướt   b. trời khô ráo

5. Khi nào trời có mưa rào?

       a. đêm nay   b. ngày mai   c. chiều tối mai

III. Nghe và điền vào các ô sau (B12.3/N12.3)

聽後填入以下表格中

Ngày	2/6	3/6	4/6	5/6	7/6	8/6
Ban ngày						
Ban đêm						

Đọc hiểu, nói và viết 閱讀、口語與寫作練習

I. Nối các từ trái nghĩa nhau

連連看：將相反意思的詞語連起來

1. nắng   a. ẩm

2. nóng   b. oi bức

3. có mưa   c. âm u

4. khô   d. nhiều mây

5. mát   e. lạnh

6. quang mây   g. không mưa

II. Nối các mùa với các tháng trong năm và tính chất của từng tháng

連連看：將相對應的選項連起來

1. Mùa xuân   a. từ tháng 8 đến tháng 10   e. mát mẻ dễ chịu

2. Mùa hạ   b. từ tháng 11 đến tháng 1   f. lạnh và ẩm

3. Mùa thu   c. từ tháng 2 đến tháng 4   g. nóng và oi

4. Mùa đông   d. từ tháng 5 đến tháng 7   h. ấm áp

III. Viết lại các câu sau

請改寫下列句子

Ví dụ: *Miền Bắc lạnh hơn miền Nam.*

   → *Miền Nam ấm hơn miền Bắc.*

   → *Miền Nam không lạnh bằng miền Bắc.*

1. Hôm nay gió to hơn hôm qua.

→ _____

2. Hôm nay trời đẹp hơn hôm qua.

→ _____

3. Hôm nay mưa to, hôm qua mưa nhẹ.

→ _____

4. Năm nay ấm hơn năm ngoái.

→ _____

5. Tháng hai trời ẩm, tháng tư khô hơn.

→ _____

6. Vào mùa hè, miền Bắc Việt Nam thường mưa nhỏ nhưng mưa lâu, miền Nam thường mưa lớn nhưng nhanh tạnh.

→ _____

7. Trời oi bức rất khó chịu, trời mát mẻ rất dễ chịu.

→ _____

8. Mùa đông ở Việt Nam lạnh và ẩm. Mùa đông ở Đài Loan cũng lạnh và ẩm.

→ _____

9. Ban đêm trời mát, ban ngày trời nóng.

→ _____

10. Miền Bắc có 4 mùa là xuân, hạ, thu, đông. Miền Nam có 2 mùa là mùa mưa và mùa khô.

→ _____

IV. Trả lời các câu hỏi sau
請回答下列問題

1. Bây giờ đang là mùa gì?

→ _____

2. Mùa xuân/hè/thu/đông ở Đài Loan thế nào?

→ _____

3. Mùa nào lạnh nhất trong năm?

→ _____

4. Mùa nào nóng nhất trong năm?

→ _____

5. Mùa nào đẹp nhất trong năm?

→ _____

6. Mùa nào thường mưa to và mưa nhiều?

→ _____

7. Nhiệt độ cao nhất trong mùa hè ở Đài Loan là bao nhiêu độ?

→ _____

8. Nhiệt độ thấp nhất trong mùa đông ở Đài Loan là bao nhiêu độ?

→ _____

9. Nhiệt độ mùa xuân thường khoảng bao nhiêu độ?

→ _____

10. Bạn thích nhất mùa nào trong năm? Tại sao?

→ _____

V. Nhìn bảng dự báo thời tiết và nói lại theo mẫu
看圖說說看

Dự báo thời tiết tuần tới:
Hà Nội: 21°C - 34°C

Thứ hai 12/6/2017	Thứ ba 13/6/2017	Thứ tư 14/6/2017	Thứ năm 15/6/2017	Thứ sáu 16/6/2017	Thứ bảy 17/6/2017	Chủ nhật 18/6/2017
29°C-34°C	27°C-32°C	22°C-25°C	21°C-24°C	26°C-29°C	27°C-32°C	29°C-31°C
Ngày nắng nóng	Ngày nắng nóng	Có mưa	Có mưa	Ngày nắng nóng	Ngày nắng nóng	Ngày nắng nóng

Ví dụ: — Thời tiết ngày thứ hai thế nào?

— Ban ngày trời nắng, quang mây, nhiệt độ khoảng 34°C,

ban đêm trời mát hơn, nhiệt độ khoảng 29°C.

附錄一
Nhật ký của mẹ
母親的日記

Sáng tác: Nhạc sỹ Nguyễn Văn Chung

歌詞翻譯：梅氏清泉

Bao ngày Mẹ ngóng, bao ngày Mẹ trông, bao ngày Mẹ mong con chào đời,

多天的等待 期待你的出生

Ấp trong đáy lòng, có chăng tiếng cười của một hài nhi đang lớn dần?

內心的關懷 肚子裡有寶寶在長大的歡笑聲？

Mẹ chợt tỉnh giấc, và Mẹ nhìn thấy hình hài nhỏ bé như thiên thần,

媽突然醒 媽媽看見 像一個小天使的你

Tiếng con khóc oà, mắt Mẹ lệ nhòa, cám ơn vì con đến bên Mẹ...

你的哭聲 媽流著淚……謝謝你來到媽的身邊……

Này con yêu ơi, con biết không? Mẹ yêu con, yêu con nhất đời!

親愛的 你知道嗎？世界上，媽最疼愛你

Ngắm con ngoan nằm trong nôi, mắt xoe tròn, ôi bé cưng!

在小搖籃的你 張開大眼睛 媽的寶貝

Nhìn Cha con, Cha đang rất vui, giọt nước mắt lăn trên khóe môi,

看爸爸　很快樂　幸福淚　正流著

Con hãy nhìn kìa, Cha đang khóc vì con...

看爸爸在為你哭泣……

Một ngày tỉnh giấc, rồi Mẹ chợt nghe, vụng về con nói câu:"Mẹ ơi!"

突然一天　驚醒過來　媽聽到你　口齒不清地說：「媽媽！」

Chiếc môi bé nhỏ thốt lên bất ngờ, khiến tim Mẹ vui như vỡ òa...

你小嘴巴　突然發聲　讓媽的心　又驚又喜

Đây là mặt đất, đây là trời cao, đây là nơi đã sinh ra con,

這是地　這是天　這是你出生之地

Bước chân bé nhỏ bước đi theo Cha, dấu chân đầu tiên trên đường đời...

小小一步　跟著爸爸　你人生的第一個足跡

Này con yêu ơi, con biết không? Mẹ yêu con, yêu con biết bao!

親愛的寶貝　你知不知道　媽媽多麼疼愛你

Hãy cứ đi, Mẹ bên con, dõi theo con từng bước chân...

往前進　媽媽陪你　跟著你每一步

Ngày mai sau khi con lớn khôn, đường đời không như con ước mơ,

當你長大後　人生不如夢

Hãy đứng lên và vững bước trên đường xa...

站起來　堅定地向前邁進……

159

Ngày đầu đến lớp, Mẹ cùng con đi, ngập ngừng con bước sau lưng Mẹ,

第一天上學 媽陪你去 你在媽的身邊徘徊

Tiếng ve cuối hè, hát vang đón chào, ánh mặt trời soi con đến trường...

蟬的歌聲歡迎你 陽光照亮你的腳步

Ngày ngày đến lớp, dần dần con quen, bạn bè, thầy cô yêu thương con,

天天上學 你會漸漸習慣 你的老師們、朋友們都疼愛你

Bé con của Mẹ vẫn luôn chăm ngoan, khiến cho Mẹ vui mãi trong lòng...

媽乖巧的寶貝 媽的內心充滿喜悅

Này con yêu ơi, con biết không? Mẹ yêu con, yêu con rất nhiều!

寶貝啊 你知道嗎 世界上媽最疼愛你

Những khuya ôn bài, con thức, xót xa tim Mẹ biết bao!

你挑燈夜讀 媽媽疼惜你

Từng kỳ thi nối tiếp nhau, tuổi thơ con trôi qua rất mau,

考試一個接著一個 你的童年就過了

Ước chi con Mẹ mai sau sẽ thành công...

願你以後順利成功

Một ngày Mẹ thấy con cười vu vơ, nụ hồng con giấu trong ngăn bàn,

有一天 媽看見 你笑咪咪 玫瑰花藏在抽屜裡

Lá thư viết vội, có tên rất lạ, chắc là người con thương rất nhiều!

信裡的字跡潦草 署名陌生 是你心愛的人？

Một ngày Mẹ thấy con buồn vu vơ, cành hồng vẫn ở trong ngăn bàn,

有一天 媽看見 你苦惱 玫瑰花還在抽屜裡

Lá đâu đã vàng, hoa đâu đã tàn, cớ sao nhìn con úa thu sang?

花凋葉落 你神色憔悴

Này con yêu ơi, con biết không? Mẹ yêu con, yêu con rất nhiều!

我的寶貝 你知道嗎 媽媽最疼愛你

Những kỷ niệm lần đầu yêu, suốt một đời đâu dễ quên...

初戀 一生難以忘懷

Vầng trăng kia sẽ sưởi ấm con, và sau cơn mưa, nắng sẽ trong,

月亮照亮你 雨過天晴

Sẽ có một người yêu con hơn Mẹ yêu...

會有一個比媽更愛你的人

Một ngày con lớn, một ngày con khôn, một ngày con phải đi xa Mẹ,

你長大了 總有一天，你會離開我

Bước chân vững vàng, khó khăn chẳng màng, biển rộng trời cao con vẫy vùng,

堅定腳步 不怕挑戰 海闊天空歡迎你

Một ngày chợt nắng, một ngày chợt mưa, lòng Mẹ chợt nhớ con vô bờ,

日月如梭 忽有一天 媽媽突然 好想你

Nhớ sao dáng hình, nhớ sao nụ cười, nhớ con từng giây phút cuộc đời...

想你長相 想你笑聲 心中想著媽的寶貝

161

Này con yêu ơi, con biết không? Mẹ yêu con, yêu con nhất đời!

寶貝啊　你知道嗎　世界上媽最疼愛你

Ở nơi phương trời xa xôi, hãy yên tâm, Mẹ vẫn vui!

在遙遠地方的你　請放心　媽媽總是開心

Từng dòng thư ôm bao nhớ thương, Mẹ nhờ mây mang trao đến con,

雲將充滿愛心　幫媽媽交給寶貝

Chúc con yêu được hạnh phúc, mãi bình an...

希望你會永遠幸福和平安

Bao ngày Mẹ ngóng, bao ngày Mẹ trông, bao ngày Mẹ mong con quay về,

多天的等待　等著你回來媽的身邊

Ấp trong giấc mộng, nhớ bao tháng ngày bé con hồn nhiên bên dáng Mẹ,

內心的夢　想著天真的寶貝在媽的身邊

Mẹ chợt tỉnh giấc, và Mẹ nhìn thấy, con Mẹ vẫn bé như thiên thần,

突然驚覺　媽媽看見　你還是小天使

Thấy con khóc oà, mắt Mẹ lệ nhoà, cám ơn vì con đến bên Mẹ...

聽你哭聲　歡樂流淚　謝謝你來到媽的身邊

Thấy con khóc oà, mắt Mẹ lệ nhoà, cám ơn vì con đến bên Mẹ...

聽你哭聲　歡樂流淚　謝謝你來到媽的身邊

Cám ơn vì con đến bên Mẹ...

謝謝你來到媽的身邊

附錄二
Dịch hội thoại
會話翻譯

第一課：打招呼

梅：你好！

黃：妳好！妳好嗎？

梅：我很好，謝謝你。你最近怎麼樣？

黃：我很忙。妳呢？

梅：我還好。你現在去哪裡啊？

黃：我去吃飯。妳吃了嗎？

梅：我吃了。

黃：等一下妳忙嗎？

梅：不忙，有什麼事嗎？

黃：要跟我一起去喝咖啡嗎？在附近有一家很好喝的咖啡廳。

梅：好。謝謝你！

黃：不會。

第二課：你叫什麼名字？

達：妳好，妳是……？

玲：你好。我叫玲玲。你叫什麼名字？

達：我叫「達」。妳今年幾歲了？

玲：我今年 32 歲了。你呢？

達：我今年 30 歲。那我得要叫妳是「姐」。
妳好像不是越南人。妳是哪國人？

玲：對，我不是越南人。我是台灣人。

達：很高興認識妳！

玲：很高興認識你！

達：玲姐在越南做什麼？

玲：我是導遊。

達：妳住哪裡？

玲：我住附近。我得走了。再見！

達：再見！

第三課：你會說越南語嗎？

輝：跟南哥介紹一下，這是玲玲姐。她來自台灣。

南：妳好！

玲：你好！

南：妳會說很多越南語嗎？

163

玲：我會說一點而已。

南：妳來越南多久了？

玲：我剛來。

南：妳來越南旅遊還是工作？

玲：我來越南出差。

南：妳來越南出差多久？

玲：五天而已，明天我要回國了。

南：妳說越南語說得很好！

玲：謝謝你！你過獎了！我說越南語你聽得懂嗎？

南：有啊，我覺得妳說越南語說得很好。妳在哪裡學越南語？

玲：我在台灣學。

南：妳學越南語學多久了？

玲：我學一年了。

第四課：問候

1.

猛：請問，勇哥有在家嗎？

紅：不好意思，你哪位？

猛：我是勇哥的朋友。

紅：他不在家。

猛：他去哪裡了？

紅：他去公司工作了。

猛：他的公司在哪裡？

紅：他的公司在第五郡。

猛：妳有他的電話號碼嗎？

紅：他今天忘了帶手機。

猛：那妳有他公司的電話號碼嗎？

紅：我有。

猛：給我好嗎？

紅：好，你等一下。

……

他公司的電話號碼是：028-82531679。

2.（打電話）

玉：喂！

猛：喂！

玉：您需要什麼？

猛：我要找勇哥。

玉：勇哥剛出去了。

猛：妳知道勇哥去哪裡嗎？

玉：他去見客戶了。

猛：妳知道他何時回來嗎？

玉：我也不清楚。您要留言嗎？

猛：麻煩妳跟他說再回電給我。

玉：好的，請給我您的名字和電話號碼。

猛：我是猛，電話號碼是0904726138。

謝謝妳！

玉：不會。

第五課：週末做什麼？

1.

河：梅姐，明天禮拜幾啊？

梅：明天禮拜五，怎麼了？

河：週末我想回家。週末妳有要去哪裡嗎？

梅：這週末我在家看書和看電視。

河：週末妳不去玩嗎？

梅：可能我會跟朋友出去玩。妳回家何時回來？

河：我禮拜一回來。

梅：禮拜一妳不用去上班嗎？

河：下禮拜一我放假。下禮拜六我要補班。

梅：那麼好。回家開心喔！

2.

銀：妳在做什麼啊？

春：我在準備去市場買些吃的東西。

銀：妳平常有煮飯嗎？

春：有啊，我很喜歡煮飯。再說，這週末是我朋友的生日，我煮飯邀請他。

銀：是喔。這週末是 4 月 30 日放假。妳朋友剛好生於南越解放日。他幾年生？

春：他生於 94 年，30/04/1994。

第六課：幾點？

芳：明天你幾點去上班？

勝：明天我八點去上班。怎麼了？

芳：明天我要早一點去，我怕晚去會塞車。

勝：妳幾點開始上班？

芳：明天早上我公司有會議，所以 8:45 我開始上班。

勝：幾點妳下班？

芳：大約 4:50。我會去市場和回去煮飯。

勝：好。

芳：下班後你有要去哪裡嗎？

勝：有可能我會跟朋友去喝酒一下。

芳：你回來吃飯吧。

勝：好，我會回來跟妳一起吃飯。

芳：你大約幾點回來？

勝：大約晚上七點。

第七課：怎麼去？

1.

賢：明天七點在李玉欣 8 號喔。

娥：OK。

賢：知道路怎麼走嗎？

娥：忘了。怎麼去啊？

賢：妳用什麼工具？

娥：我坐公車去。

賢：為什麼不騎機車比較方便？

娥：我機車壞掉了。

賢：坐 23 號公車，到吳時任街下車。

娥：自公車站到那兒多遠？

賢：大約一公里

2.

娥：我到了。怎麼到那裡呢？

賢：妳直走到十字路口，然後左轉到陳春撰路。沿著陳春撰直走，會先經過第一個交叉路口，接著再經過第二個十字路口，到了下一個交叉路口右轉到李玉欣街。找 8 號喔。

娥：OK。

第八課：在餐廳吃飯

1.（打電話）

客人：喂，「好吃餐廳」對嗎？

餐廳：是的！您需要什麼呢？

客人：我想要訂明天晚上的位。

餐廳：您訂幾位呢？

客人：我訂六位。

餐廳：您訂幾點呢？

客人：我訂七點。

餐廳：您要先預訂菜色嗎？

客人：不用。我到了再點。

餐廳：好，請給我名字。

客人：我叫「進」。

餐廳：您給我電話號碼可以嗎？

客人：好，0904152468。

2.（到餐廳）

員工：這是餐廳的菜單。

客人：哪道最好吃？

員工：我們餐廳有北、中、南料理，每道都好吃。

客人：給我一份捲河粉、一份鱔魚炒冬粉、 一份螃蟹春捲、一鍋田螺悶豆腐濃湯、一份腸粉、一份糯米雞肉飯、 一份煎餅、一份蒸雞檸檬葉和一鍋牛肉火鍋。

員工：牛肉火鍋你要配米粉還是麵？

客人：給我麵。

員工：好。你要什麼飲料嗎？

客人：給我三瓶啤酒和三罐汽水。

員工：啤酒你要河內啤酒還是西貢啤酒呢？

客人：西貢啤酒喔。

員工：汽水呢？

客人：給我一罐可樂、一罐百事和一罐柳橙汁。

員工：你要冰塊嗎？

客人：給我六杯冰塊。

員工：好的。

第九課：去買東西

在服裝店：

員工：妳要幫什麼忙嗎？

梅姐：我想找一套西裝。

員工：給誰呢？

梅姐：給我先生。

員工：他多高，多重呢？

梅姐：他高一米七八，七十三公斤。哪個尺寸適合？

員工：這樣的身高和體重，應該穿M號。

梅姐：M號會太小嗎？

員工：不會小，M號是合身的。L號就會有點大，有點長喔。

梅姐：穿不合身可以換貨嗎？

員工：可以，在一週內換貨。妳保管好收據，來換貨時必須附上收據。妳要什麼顏色呢？

梅姐：妳覺得什麼顏色好看？

員工：我覺得藍色和黑色都好看，都好配領帶。

梅姐：這套多少錢呢？

員工：2,050,000。妳現在要結帳嗎？

梅姐：我現在要結帳。

員工：好，這是妳的東西，謝謝妳。

第十課：房間裡有什麼？

我剛買一間公寓的套房，很漂亮也很大。我家有三個睡房、一個客廳，一個廚房，兩間廁所和兩個陽台。我家客廳很通風和涼爽。客廳裡有一套皮製作的土黃色的沙發，沙發上有一些各種顏色的抱枕：白色、藍色、黃色和紅色。沙發的左邊是一個橙色的書架，書架上放著幾本越南語和英文的詞典，一些書和一些報紙。右邊是一座黑色的落地燈，我常坐在這座燈下看書。沙發前面，在牆上是一台大的液晶電視。我家客廳還掛著很多畫和家庭的照片。

我房間不太大但乾淨。房間裡有一張床和一張小桌子，桌上放很多日常用品如電腦、包包、化妝品、水壺、鑰匙、衛生紙、吹風機和一些其他的東西。我的房間還有衣櫃和辦公桌。

第十一課：我的老師很和善

我的老師很年輕 / 個性很溫和 / 聰明 / 笑口常開 / 樂於助人 / 不太高 / 不太胖
我的老師是聰明的人 / 笑口常開的人 / 樂於助人的人
你的老師是怎麼樣的人？
我的老師看起來
很年輕 / 很溫和 / 不高 / 不胖
你的老師看起來怎麼樣？

我的老師看起來年輕和和善

第十二課：今天天氣怎麼樣？

天氣預報
今天天氣：
有太陽 / 有時多雲 / 沒有雨 / 天氣好
溫度自 23-29 度。

附錄三
NGHE HIỂU
聽力內容

Bài 1
I. Ngữ âm (B1.1/N1.1)

II. Từ mới (B1.2/N1.2)

III. Hội thoại (B1.3/N1.3)

IV. Nghe và nhắc lại (B1.4/N1.4)
1. Cháu chào cô!
2. Anh dạo này thế nào?
3. Anh rất bận.
4. Em đi đâu đấy?
5. Em ăn cơm chưa?
6. Em ăn cơm rồi ạ.
7. Bác có đi làm không?
8. Có việc gì không ạ?
9. Đi uống cà phê với chị không?
10. Cà phê ngon quá!

V. Nghe và điền từ vào chỗ trống (B1.5/N1.5)
1. Anh có đi làm không?
2. Em về nhà chưa?
3. Em có đi xem phim với anh không?
4. Cô khỏe chưa ạ?
5. Cà phê ngon không?
6. Thầy dạo này thế nào?
7. Gần đây có gì ăn không?
8. Chú đi ăn gì?
9. Ông khỏe chưa ạ?

10. Lát nữa em đi đâu?

VI. Nghe, sau đó điền dấu và thanh điệu (B1.6/N1.6)
1. Anh bình thường bận lắm.
2. Chú dạo này khỏe không?
3. Em chưa đi ăn cơm bây giờ.
4. Ở đây không có gì ăn.
5. Cơm gà ngon quá.

VII. Nghe và viết lại các từ nghe được (B1.7/N1.7)
Gần nhà tôi có quán ăn Việt Nam rất ngon, ở đó có bán cà phê, cà phê cũng ngon lắm. Khi đi làm về không có việc gì, tôi đều đi đến đó uống cà phê.

Bài 2
I. Ngữ âm (B2.1/N2.1)

II. Từ mới (B2.2/N2.2)

III. Hội thoại (B2.3/N2.3)

IV. Nghe và nhắc lại (B2.4/N2.4)
1. Cô tên là gì ạ?
2. Anh là người Đài Loan.
3. Chị không phải là người Việt Nam.
4. Rất vui được gặp anh!
5. Chị làm gì ở đây?

6. Em sống ở đâu?

7. Chị sống ở gần đây.

8. Em năm nay bao nhiêu tuổi?

9. Cô phải đi rồi.

10. Hẹn gặp lại cô.

V. Nghe và chọn số đúng (B2.5/N2.5)

1. b. 15   2. a. 11   3. b. 84

4. a. 30   5. a. 73

VI. Nghe và điền các số còn thiếu vào ô sau (B2.6/N2.6)

12–21–27–32–43–55–61–68

VII. Nghe và chọn đáp án đúng (B2.7/N2.7)

1. Em tên là Lan.

2. Em năm nay 26 tuổi

3. Em sống ở đâu?

4. Em không phải là người Đài Loan, em là người Việt Nam

5. Chị đang làm gì?

VIII. Nghe và viết ra từ nghe được (B2.8/N2.8)

Tôi là Minh. Tôi là người Việt Nam. Hiện nay, tôi sống và làm việc ở Đài Bắc. Tôi năm nay 28 tuổi. Ở Việt Nam, nhà tôi ở Hà Nam.

Bài 3
I. Ngữ âm (B3.1/N3.1)

II. Từ mới (B3.2/N3.2)

III. Hội thoại (B3.3/N3.3)

IV. Nghe và nhắc lại (B3.4/N3.4)

1. Em biết nói tiếng Việt.

2. Anh biết nói tiếng Anh.

3. Chị đi Việt Nam du lịch.

4. Chị học tiếng Việt ở đâu?

5. Cô ở đây lâu chưa?

6. Chú đi Việt Nam lâu không?

7. Anh có hiểu không?

8. Chị đi công tác năm ngày.

9. Anh đến đây bao lâu rồi?

10. Em học tiếng Việt 1 năm rồi.

V. Nghe và chọn đáp án đúng (B3.5/N3.5)

Tôi tên là Mai. Tôi biết nói nhiều tiếng Anh và một chút tiếng Việt. Tôi thích đi du lịch. Tôi đi nhiều, ăn nhiều, ngủ ít. Tôi có nhiều bạn người Anh và người Việt Nam. Tôi sống ở gần Đào Viên. Tôi thường hẹn bạn đi uống cà phê. Và tôi thích uống cà phê Việt Nam.

Bài 4
I. Từ mới (B4.1/N4.1)

II. Hội thoại (B4.2/N4.2)

III. Nghe và khoanh tròn vào từ nghe được (B4.3/N4.3)

không được	ra ngoài	gọi lại
điện thoại	công ty	không biết
làm ơn	bao giờ	quên rồi

mang cơm   làm phiền   bạn thân

IV. Nghe và chọn đáp án đúng (B4.4/N4.4)

– Em ơi, chị em có ở nhà không?

– Chị ấy vừa đi gặp bạn rồi ạ.

– Bao giờ chị ấy về?

– Chắc lát nữa ạ.

– Em có bận không?

– Có việc gì không anh?

– Giúp anh một việc nhé.

– Vâng anh nói đi em không bận.

V. Nghe và trả lời câu hỏi (B4.5/N4.5)

Tôi có một người bạn. Anh ấy tên là Minh. Anh ấy năm nay 35 tuổi. Nhà anh ấy ở Hà Nội nhưng anh ấy đi làm ở Hưng Yên. Anh ấy là bạn tốt của tôi. Chúng tôi thường đi ăn, đi uống cà phê và đi xem phim. Bình thường anh ấy rất bận, anh ấy có hai số điện thoại, một số Mobi là 0904125736 và một số Vina là 0913874223.

Bài 5
I. Từ mới (B5.1/N5.1)

II. Hội thoại (B5.2/N5.2)

III. Nghe và chọn đáp án đúng (B5.3/N5.3)

1. Anh ấy bình thường bận lắm.

2. Nó bình thường ăn nhiều lắm.

3. Ngày nào em cũng phải về nấu ăn tối.

4. Công ty em phải đi làm vào thứ bẩy nhưng thứ bẩy tuần này em được nghỉ.

5. Thứ ba tuần sau em sẽ nghỉ làm.

IV. Nghe và trả lời câu hỏi (B5.4/N5.4)

– Chủ nhật đi chơi không em ơi.

– Em không đi được chị ạ. Em còn bận học.

– Học làm gì lắm. Học sau đi.

– Dạ không được ạ. Chị định đi chơi ở đâu ạ?

– Chị định đi loăng quăng, đi xem quần áo, đi mua đồ, rồi đi ăn.

– Dạ, em tuần sau bận cả tuần nên không đi được. Chị đi chơi vui vẻ nhé.

Bài 6
I. Từ mới (B6.1/N6.1)

II. Hội thoại (B6.2/N6.2)

III. Nghe và chọn đáp án đúng (B6.3/N6.3)

1. Công ty 9h vào làm, anh ấy 9h05 mới đến công ty.

2. Nhà tôi ăn tối lúc 7h, nhà chị ấy ăn tối lúc 6h.

3. Tôi đi ngủ lúc 10h, chị ấy 12h mới đi ngủ.

4. Gần 12h đêm mới có phim.

5. Người Đài Loan thường tắm vào buổi tối.

IV. Nghe và chọn đáp án đúng sai, sau đó điền từ vào chỗ trống (B6.4/ N6.4)

Hàng ngày tôi dậy lúc hơn 6h sáng, sau đó tôi đi vệ sinh, rồi đi đánh răng rửa mặt. Sau đó tôi nấu ăn sáng cho cả nhà, cả nhà tôi ăn sáng lúc 7h. Tôi đi làm lúc 7h20, vì nhà tôi ở xa công ty nên thời gian tôi đi từ nhà đến công ty khoảng 40 phút. Tôi bắt đầu làm việc lúc 8h đúng, đến 12h tan làm tôi ra ngoài ăn trưa đến 12h30, sau đó nghỉ trưa khoảng 30 phút. Buổi chiều tôi làm việc đến 5h, sau đó về nhà nấu cơm và dọn dẹp. Nhà tôi sẽ ăn tối lúc 7h đến 7h30. Tôi đi ngủ lúc 11h đêm.

Bài 7
I. Từ mới (B7.1/N7.1)

II. Hội thoại (B7.2/N7.2)

III. Họ đang nói về chuyện gì (B7.3/N7.3)

– Chị cho hỏi đến Bờ Hồ đi như thế nào?
– Bờ Hồ à? Hơi xa đấy. Em đi bộ à?
– Vâng.
– Bắt taxi, hoặc buýt, xe buýt bắt số 09.
– À vâng, em cảm ơn chị.

IV. Nghe và vẽ lại đường đi (B7.4/N7.4)

– Chị ơi đến Bờ Hồ đi thế nào ạ?
– Em đi thẳng, đến ngã tư thứ nhất rẽ phải, rồi đi thẳng qua hai ngã tư nữa, sau đó rẽ trái là đến.

V. Nghe và trả lời câu hỏi (B7.5/N7.5)

– Lan ơi đi đâu đấy?
– Tớ đi lên Cầu Giấy.
– Tớ cũng vậy, cậu đi bằng gì? Xe máy hả. Không, tớ đi xe buýt.
– Xe buýt đợi xe lâu lắm, đi taxi đi.
– Ừ, cũng không xa lắm.
– Ừ khoảng sáu cây thôi.

Bài 8
I. Từ mới (B8.1/N8.1)

II. Hội thoại (B8.2/N8.2)

III. Nghe và trả lời câu hỏi (B8.3/N8.3)

1. Cho anh bia và nước ngọt không lạnh.
2. Anh đặt 8h nhé, à không, anh đặt 7h.
3. Anh đặt cho sáu người lớn và một trẻ em nhé.
4. Nhà hàng em có cơm, bún, phở, miến đều ngon, nhưng phở xào là đặc biệt nhất.
5. Cho chị 5 đồ uống với 4 cốc đá em nhé. Chị không uống đá.

IV. Nghe và chọn đáp án đúng (B8.4/N8.4)

– A lô, Phong à?
– Dạ, em đây, có việc gì không chị?

– Lâu lắm không gặp, em dạo này thế nào?

– Em vẫn vậy. Chị hôm nào rảnh, chị em mình đi ăn.

– Ừ, ăn gì nhỉ, có gì ngon không?

– Ở Đinh Tiên Hoàng có món bún ngon lắm, nhưng bình thường đông lắm.

– Chị ngại xếp hàng lắm. Có gì ngon nữa không?

– Đi ăn món Huế cũng được.

– Ừ vậy đi, chị rủ thêm bạn chị đi nữa được không?

– Được chị, chị rủ đi, có bao nhiêu người vậy chị?

– Chị rủ ba đứa bạn thân của chị đi nhé.

– Vâng.

– Thế em có rủ bạn em đi cùng không?

– Dạ, em rủ hai bạn của em đi nữa. Càng đông càng vui.

– Ok em, thế em đặt trước đi nhé, đặt 7h tối nhé.

– Ok chị, bye bye chị.

Bài 9
I. Từ mới (B9.1/N9.1)

II. Hội thoại (B9.2/N9.2)

III. Nghe và điền từ vào chỗ trống (B9.3/N9.3)

1. Hà cao 1m58 nặng 85kg, Hải cao 1m85 nặng 58kg.

2.
– Em lấy màu xanh đi, màu xanh này đẹp nè.

– Không, em thích màu trắng cơ.

– Màu trắng không hợp lắm, lấy màu vàng đi.

– Màu vàng cũng được, thôi, em lấy màu trắng.

3.
– Bộ này hai triệu rưởi.

– Đắt quá...

– Hai triệu tư nhé em lấy đi.

– Dạ hai triệu ba chị nhé, em lấy luôn.

– Ừ chị bán.

IV. Nghe và trả lời câu hỏi (B9.4/N9.4)

– Bơ bao nhiêu tiền một ký chị ơi

– 45.000 em ạ

– 35 nhé, em lấy hai ký. Còn xoài bao nhiêu ạ.

– Xoài bán 40, lấy em 35 thôi.

– Dạ cho em ký xoài nữa. Tất cả bao nhiêu chị?

– 105 em nhé.

V. Nghe và điền vào bảng sau (B9.5/N9.5)

Ở Việt Nam, lương khoảng 7 triệu/tháng, thuê nhà khoảng 2 triệu/tháng, ở Đài Loan lương khoảng 30.000 tiền Đài/tháng, thuê nhà khoảng 6.000 tiền Đài/tháng. Xe ô tô ở Đài Loan khoảng 2 tỷ 1 chiếc, thì xe ô tô ở Việt Nam khoảng 3 tỷ rưỡi 1 chiếc. Ở Đài Loan ăn uống rất tiện và rẻ, chỗ nào cũng có quán ăn, ăn trưa khoảng 75 đồng tiền Đài một suất, ở Việt Nam ăn trưa khoảng 45.000đ/suất.

Bài 10
I. Từ mới (B10.1/N10.1)

II. Đoạn văn (B10.2/N10.2)

III. Nghe và cho biết mọi người ở đâu trong nhà hàng (B10.3/N10.3)
1.
– Chào anh chị, anh chị đi hai người ạ?
– Không chúng tôi đi ba người.
– Ba người ... ba người ... bàn ở bên trái cạnh cửa sổ.
– Cảm ơn.
2.
– Chị là Mai, chị có gọi điện đặt trước.
– Chị Mai ... sáu người.
– Đúng rồi ...
– Bàn số tám ở dưới máy lạnh nhé.
– Cảm ơn.
3.
– Anh ...?
– 14 người.
– Bàn 19, bên phải, trước cái ti vi.
– Cảm ơn.

IV. Nghe và trả lời câu hỏi (B10.4/N10.4)
1.
– Mẹ ơi cái áo trắng của con ở đâu?
– Ở trong tủ ấy.

– Trong tủ không có ạ.
– Ở ngoài ban công có không?
– Cũng không có ạ.
– À mẹ để trên cái ghế dưới mấy bức tranh, gần cửa sổ.
– A đây rồi.
2.
– Em ơi điện thoại của anh em để ở đâu?
– Anh xem có trên bàn không?
– Không có em ơi.
– Anh xem trong ngăn kéo đi, à, trên giá sách dưới mấy tờ báo, cạnh quyển sách tiếng Anh.

V. Nghe và tìm ra tên các đồ vật và vị trí của chúng (B10.5/N10.5)
Chính giữa chiếc bàn là chiếc túi, bên trái chiếc túi là chùm chìa khóa, bên phải chiếc túi là bình nước, còn điện thoại ở trong chiếc túi. Dưới gầm bàn là sọt rác.

Bài 11
I. Từ mới (B11.1/N11.1)

II. Nghe và chọn đáp án đúng (B11.2/N11.2)
Tôi có một đứa bạn thân, nó năm nay 33 tuổi nhưng trông trẻ như 23 tuổi. Nó trông hơi mập một chút, hơi thấp một chút, nhưng thông minh, đặc biệt rất vui tính. Bố nó không cao lắm, ông ấy rất tốt bụng và ít nói, mẹ nó thì cao và hơi gầy, nói nhiều, nhưng trông vẫn còn rất trẻ. Nó có một anh trai, trông

khá đẹp trai, cao và to.

III. Nghe và điền vào bảng câu hỏi điều tra (B11.3/N11.3)

– Xin lỗi, chị có tiện trả lời một số câu hỏi của chúng tôi không?

– À vâng.

– Chị năm nay bao nhiêu tuổi?

– 28.

– Chị bình thường có tập thể thao không?

– Có, một chút, nhưng là trước đây, giờ tôi bận quá ...

– Cuối tuần chị thường đi ra ngoài, thỉnh thoảng hay thường ở nhà?

– Ồ, tôi thường đi chơi vào cuối tuần.

– Với bạn, với gia đình hay một mình?

– Với bạn.

– Chị thường thích đi đâu? Đi xem phim, đi mua đồ hay đi ăn?

– Đi xem phim và đi ăn, thỉnh thoảng đi mua đồ.

– Chị thường nấu cơm ở nhà hay ăn ngoài?

– Tôi nấu cơm năm sáu ngày một tuần.

– Vâng câu hỏi cuối cùng: Mẫu hình đàn ông lý tưởng của chị là gì? cao to đẹp trai? lương cao? thông minh, vui tính? hay tự tin rộng lượng?

– Tôi thích người thông minh vui tính, tất nhiên lương cao thì càng tốt.

Bài 12
I. Từ mới (B12.1/N12.1)

II. Nghe và chọn đáp án đúng (B12.2/N12.2)

1. Hôm qua 28 độ, hôm nay 27 độ, ngày mai 29 độ.

2. Hôm nay nhiệt độ khoảng 29°C , ngày mai nhiệt độ sẽ cao hơn từ 1 đến 2°C .

3. Đầu tuần sau sẽ có mưa lớn kèm theo gió to, đến cuối tuần trời sẽ tạnh mưa và có nắng.

4. Dự báo trong tuần tới nhiệt độ sẽ giảm thấp hơn tuần này từ 2 đến 3 độ, kèm theo mưa nhỏ, trời không còn khô ráo như tuần này.

5. Dự báo thời tiết đêm nay và ngày mai, đêm không mưa, ngày nắng nóng, chiều tối có lúc có mưa rào.

III. Nghe và điền vào các ô sau (B12.3/N12.3)

Dự báo thời tiết từ ngày mùng 2 đến ngày mùng 8 tháng 6, ban đêm trời lạnh có lúc có mưa phùn, ban ngày trời có nắng nhưng nhiệt độ vẫn duy trì ở mức thấp, khoảng 12 đến 15°C . Từ ngày mùng 5 trở đi, nhiệt độ sẽ ấm hơn khoảng 2 đến 3 độ, trời đẹp, quang mây, không mưa.

國家圖書館出版品預行編目（CIP）資料

新實用越南語會話（初級）/ 梅氏清泉著. -- 初版 . --
　桃園市：中央大學出版中心；臺北市：遠流，
　2018.11
　　面；　公分
　ISBN 978-986-5659-20-2（平裝）

　1. 越南語　2. 會話

803.7988　　　　　　　　　　　　107001442

新實用越南語會話（初級）

著者：梅氏清泉
執行編輯：王怡靜
編輯協力：簡玉欣

出版單位：國立中央大學出版中心
　　　　　桃園市中壢區中大路 300 號

　　　　　遠流出版事業股份有限公司
　　　　　台北市南昌路二段 81 號 6 樓

發行單位／展售處：遠流出版事業股份有限公司
地址：台北市南昌路二段 81 號 6 樓
電話：(02) 23926899　傳真：(02) 23926658
劃撥帳號：0189456-1

著作權顧問：蕭雄淋律師
2018 年 11 月 初版一刷
2022 年 6 月 初版四刷
售價：新台幣 480 元

YL .com 遠流博識網 http://www.ylib.com E-mail: ylib@ylib.com